Tứ Quý

(Truyện trích từ Bên Kia Bến Đỗ)

by

Vinh Q. Tang

Hình bìa từ tranh vẽ của Giáo sư Võ Văn Trương.

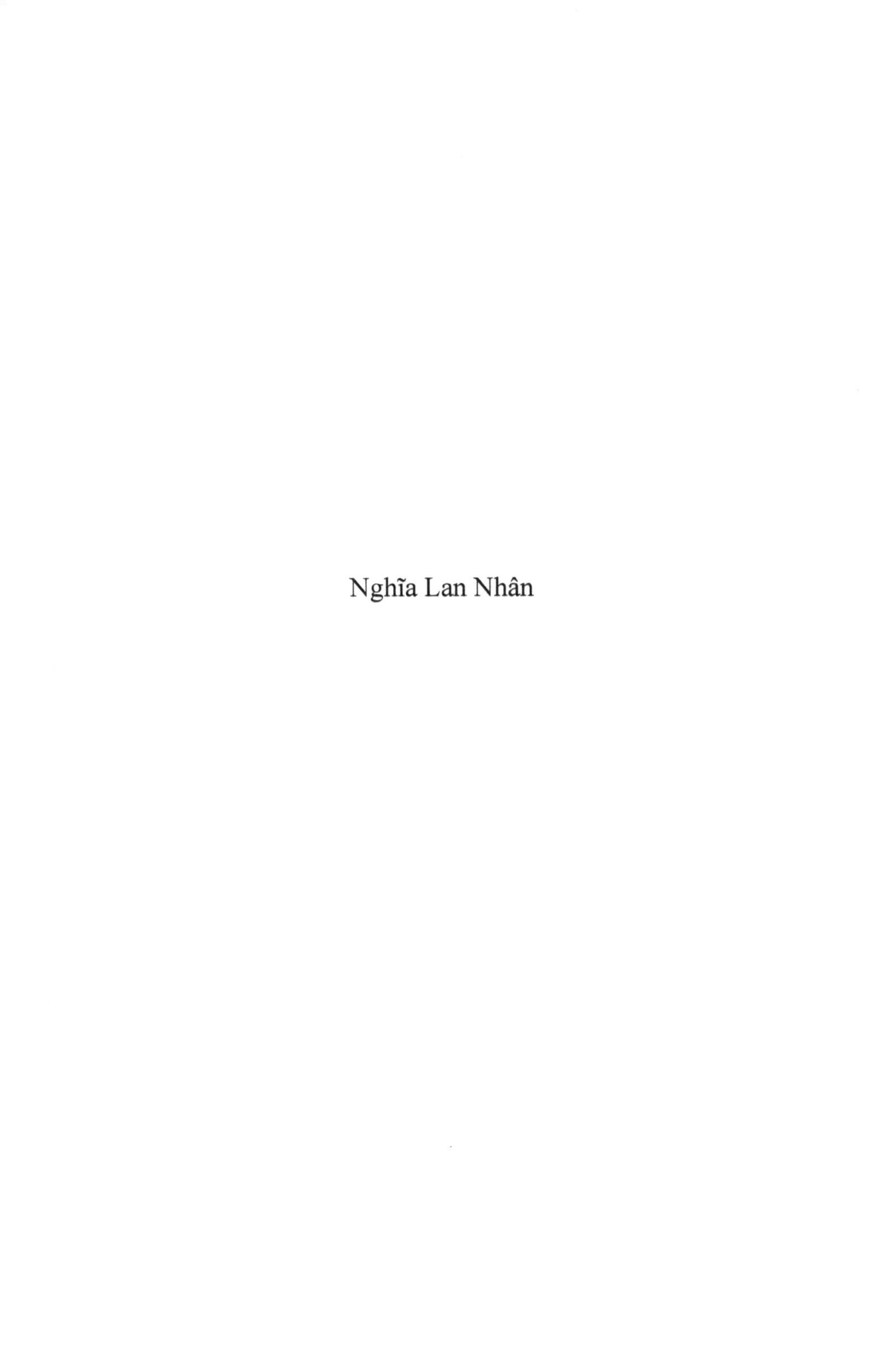

Nghĩa Lan Nhân

Mục lục

1. Phận gái

Vào đầu thế kỷ 20 Việt Nam còn là một thuộc địa của Pháp. Sau Thế Chiến Thứ Hai, sức mạnh đang trổi dậy của Nhựt Bổn trở thành một tai họa đối với Á Châu. Gót giày lính Nhựt thay quân Pháp dẫm nát mảnh đất hình cong chữ S bên bờ Thái Bình Dương, gieo rắc tang thương khắp mọi miền đất nước. Loạn lạc triền miên. Người dân phải chịu cảnh một cổ hai tròng, thù trong giặc ngoài, gia đình ly tán. Còn lại chăng chỉ là những mảnh đời tan tác trôi dạt bốn phương.

Riêng tại Sài Gòn, hai tuần trước khi Nhựt đảo chánh Pháp, ông quản Tư, một cảnh sát viên cao lớn thường ngậm cái ống điếu nâu trong miệng, làm việc tại bót Xây-nho gần khu chợ Cầu Ông Lãnh, chứng kiến cảnh lính Nhựt rầm rập chạy tập trận hằng ngày giữa đường phố Sài Gòn như chỗ không người, mặt mày đằng đằng sát khí, tay lăm lăm súng ống với lưỡi lê, không còn coi chánh quyền Pháp ra gì, ông đoán trước được đất nước sắp đến hồi thay ngôi đổi chủ.

'*Sớm muộn gì rồi cái bót này cũng bị Nhựt đóng*', ông quản Tư thầm nhủ, và vội vã đưa bà Tư cùng hai cô con gái, Nhàn và Thanh, ra bến xe đò về Cai Lậy, nơi chôn nhau cắt rún của ông để lánh nạn.

Sáu tháng sau vào một buổi chiều trên cánh đồng yên tĩnh, mặt trời là đà ngả bóng trên ngọn trúc đong đưa. Vài tia nắng vàng vương vấn trên cành tre kẽ lá, như toa rập với Thanh kéo dài khoảnh khắc mộng mơ hiếm hoi của một cô gái thành thị ở lứa tuổi cặp kê phải chạy giặc về tá túc miền quê nội.

Cạnh luống rau thơm bên rặng trâm bầu, Thanh ngồi rửa chén trên chiếc cầu ván bắc hững hờ bên mé kinh, mắt dán vào thau nước trước mặt mà lòng dâng trào bao kỷ niệm với Tâm, người tình trong mộng của nàng. Cánh tay dài thon thả đong đưa trước gối, chao chao cái chén cuối cùng trong nước, hết lượt nước này đến lượt nước khác, như cố tưới đầy ký ức cho tràn nhớ nhung.

Ngoài kia gió chiều nhè nhẹ thổi, ngây ngây hương phù sa bạt ngàn vùng đất phá. Suôi dòng Cửu Long, một thời dìu dắt bao thế hệ khai hoang lập ấp vào giữa lòng đất phương Nam, dập dềnh đám lục bình trôi, nhấp nhô vài nhánh bông tím lạc loài còn đọng sắc bình minh, đang xoay dần trên hành trình vô định.

"Thanh. Con làm gì ở ngoải miết vậy. Lẹ vô, còn dắt chị Ba con đi tắm." Tiếng bà quản Tư gọi, kéo Thanh về thực tại. Bà là mẹ nuôi nhưng người ngoài ít ai biết, vì bà không có con riêng và hết mực yêu thương chăm sóc con chồng như con đẻ. Mẹ ruột Thanh mất sáu năm trước. Cái chết *'lãng nhách'* của bà để lại vết hằn sâu trong tâm khảm Thanh.

Trong lòng nàng, thần chết đã bất công cướp đi người mẹ yêu dấu, chỉ vì bà sơ ý cắt phạm vào ngón tay cái trong lúc đánh vẩy cá, chuẩn bị bữa cơm trưa cho gia đình. Vết thương tuy không sâu, nhưng qua ngày hôm sau cả bàn tay sưng húp. Uống mấy thang thuốc Nam mà bệnh tình vẫn không thuyên giảm. Sức khỏe ngày một sa sút, và chỉ hai tuần sau bà vĩnh viễn ra đi, để lại ba đứa con côi. Ngoài Thanh là con út và Bình là anh cả đã bỏ nhà vô chiến khu theo kháng chiến chống Pháp, còn có Nhàn là chị thứ ba lớn hơn Thanh hai tuổi, không may mắc phải bịnh tê liệt từ lúc lên năm, phải chịu cảnh tật nguyền, đi lại khó khăn. Vì vậy khi lớn lên Thanh phải phụ mẹ chăm sóc cho chị.

Trước khi vào nhà, Thanh lưu luyến dừng chân bên rặng mù u, lặng nhìn cảnh vật xung quanh thêm một lần trước khi phải chia tay để trở về thành phố trong vài ngày tới. Dõi mắt ra xa, khỏi hàng dừa nước xanh rì lụp sụp ven bờ kinh phía bên kia, hình ảnh mấy ngọn trâm bầu nghêu ngao trên gò nổi, ửng vàng trong nắng chiều lại mang hình ảnh Tâm về với Thanh.

Thời gian trước khi di tản, đêm đêm Thanh thường tìm đến bên khung cửa sổ, trộm nhìn qua khe hở ở cuối bức màn vải thưa tìm về vũng sáng vàng vọt duy nhứt giữa màn đêm tĩnh mịch, phát ra từ ngọn đèn đường đơn độc ở cuối dãy phố lính bên hông bót Xây-nho, lòng rộn rã mong tìm gặp một lãng tử tên Tâm đang ngồi bất động dưới chân cột đèn dán mắt vào quyển vở trên tay.

Thanh đâu ngờ được vào thời điểm đó Tâm không học bài của trường như thường lệ mà đang luyện tiếng Nhựt. Từ lúc thế giới đổi thay theo đà tiến triển của Thế Chiến Thứ Hai, trong khi ở Âu Châu, Đức xua quân chiếm Pháp, dựng lên một chánh quyền bù nhìn thân Đức, thì ở Á Châu Nhựt chiếm đóng nhiều nơi trong đó có Việt Nam. Trước viễn ảnh thay ngôi đổi chủ, từ Pháp sang Nhựt, không ít người muốn lợi dụng thời cơ, bắt đầu học tiếng Nhựt với giấc mơ đổi đời - Được làm thầy thông thầy ký cho Nhựt, nối gót các thế hệ cha ông từng ăn trên ngồi chốc dựa vào mảnh bằng thông ngôn để làm việc cho Pháp trước đó.

Trong một chế độ thuộc địa bao giờ cũng được ưu đãi hơn nếu hiểu biết ngôn ngữ kẻ thống trị và tỏ thái độ hợp tác với chánh quyền ngoại bang. Riêng Tâm dường như mang một sứ mạng khác từ một đảng phái cách mạng.

Hình ảnh Tâm ngồi thản nhiên đọc sách bên đường, bất chấp những rình rập đe dọa của bóng đêm đang bao trùm vạn vật, mặc cho thế giới điên đảo quay cuồng, tạo nên một điểm tựa trong lòng Thanh, đem đến cho Thanh một sự an bình hiếm hoi, nó trở thành một thánh dược đưa Thanh vào cơn mộng mị an lành mỗi đêm. Đó là màn đêm bao trùm những bí mật ghê rợn của ban ngày mà ở tuổi Thanh chưa thấy rõ chân tướng, nhưng cảm nhận được qua ánh mắt người lớn, qua những lời thì thầm to nhỏ, hay những câu nói úp mở của cha mẹ và lối xóm. Thứ bí mật của hội kín, của cách mạng, ám sát, tra tấn, thủ tiêu và mọi tác nhân của khổ đau và chết chóc mang danh nghĩa thánh thiện hay đội lốt quỷ dữ.

"Thanh sao còn chưa vô nhà nữa con?" Tiếng bà quản Tư giục Thanh về đưa Nhàn ra sông tắm, một bổn phận hàng ngày của Thanh từ khi hai chị em về quê tị nạn. Thanh ghép lại quá khứ, bước nhanh về nhà, bên dòng sông lặng lẽ trôi.

Bà quản Tư bắc ghế ra ngồi hóng gió trước hiên nhà bên cạnh khung cửi dệt vải. Từ ngoài ngõ giữa hai hàng tre, thấp thoáng bóng bà Sáu lúm khúm bước vào.

Bà Sáu là người ở làng Rạch Dừa, chuyên nghề mai mối. Muốn tìm bà thì cứ đến chợ Rạch Dừa, nhóm mỗi ngày bên bờ kinh Đôi trước khi gà gáy sáng. Mặc dù là chợ làng nhưng khá nhộn nhịp vì dân ở mấy làng lân cận đổ về đây đi chợ mỗi ngày. Đến chợ thì có kẻ mua người bán, nhưng riêng bà Sáu là để nghe ngóng, coi nhà nào có con trai mới sanh, con gái mới đẻ.

Gặp mấy bà có con trai chưa vợ, con gái chưa chồng, bà Sáu chiếu cố rất tận tình, thăm hỏi niềm nở, quấn quýt bám theo từ hàng vải ở chợ trên xuống tới hàng cá ở chợ dưới kế bên bờ sông.

Chẳng vậy mà khi bà quản Tư dọn về ti nạn ở làng Phú Quý kế bên vào bữa trước, thì qua bữa sau tin đã tới tai bà Sáu, và bà bắt đầu lân la làm quen với bà quản Tư ở ngoài chợ. Hôm nay bà Sáu có dịp khăn gói tới ‘coi giò coi cẳng’ con gái của bà quản. Đó là nói theo ngôn ngữ của mấy bà mai, ý là coi con gái nhà này xứng với con trai nhà nào, hay quan trọng hơn là có thể hợp nhãn với bà mẹ chồng tương lai không.

Bà Sáu vừa bước vào sân nhà vừa cúi đầu chào bà quản Tư, miệng nở rộng lời cục thuốc xỉa bên mép, hớn hở chào hỏi bà quản Tư như người quen biết lâu ngày:

"Dạ thưa bà quản, bà quản mạnh giỏi, lóng rày lâu quá hổng thấy bà quản ra ngoài chợ."

"Cám ơn chị Sáu. Chị mạnh giỏi? Ngọn gió nào bữa nay đưa chị tới đây vậy?"

"Dạ hổng giấu gì bà quản, bữa nay có dịp qua bên nhà ông bà Hộ nên tiện thể ghé biểu bà quản với hai cô mấy trái vú sữa cây nhà lá vườn. Bà quản biết hôn, mấy năm trước nghe người ta bày, ông nhà tui về bắt chước ươm hột trồng thử một gốc vú sữa ở trước nhà. Vậy mà lụi hụi nó cũng ra trái được hai mùa rồi đó. Nói nào ngay, nó hổng được sai trái lắm, nhưng được cái là, ra trái nào đáng trái nấy. Bà quản biết hôn, nó ngọt ngay hè. Bởi vậy hôm qua ổng lựa mấy trái vừa chín tới hái xuống để đem qua đây cho bà quản với hai cô thử cho biết."

Nói chưa dứt lời, bà Sáu xin phép đi thẳng ra nhà sau lấy dĩa chất vú sữa ra bàn. Thật ra đó chỉ là cái cớ để bà tìm gặp Thanh, và tiện thể quan sát bên trong căn nhà coi đồ đạc có nhiều không, giàu nghèo ra sao. Đặc biệt bà chú ý tới cái nhà bếp. Kinh nghiệm dạy bà là nhà bếp gọn gàng ngăn nắp thì người đàn bà trong gia đình phải là người giỏi nội trợ và có tài quán xuyến việc nhà. Mà, '*mẹ giỏi thì con ngoan*', bà thường nói.

Bà quản không kịp đứng lên ngăn bà Sáu, đành ngồi lại nói với theo, "Thiệt tình, làm phiền chị quá, đã cất công đem đồ qua cho, mà còn ..." Bà quản nói chưa dứt câu, đã nghe tiếng bà Sáu hỏi vọng ra: "Hổng biết cô Út có ở nhà hôn vậy bà quản?" Bà Sáu khéo léo tự coi mình như người trong nhà, dùng cái tên thân thiện "Cô Út" để gọi Thanh.

"Hai chị em nó chắc cũng gần về tới nơi. Ngại quá không có đứa nào ở đây nấu nước mời chị Sáu."

"Khách khứa gì mà lo chuyện nước nôi bà quản ơi."

Bà quản ngồi nhìn bà Sáu chất vú sữa ra dĩa, hỏi, "Chị Sáu kiếm con Thanh có chuyện gì không?"

"Dạ thì cũng có chút chuyện muốn thưa với bà quản."

"Để tui vô trong lấy thêm cái ghế ra đây, mình ngồi ngoài này cho mát."

"Dạ bà quản để tui đi lấy," vừa nói bà Sáu vừa bương bả giành chạy vào trong nhà tự nhắc ghế ra cho mình.

Chưa kịp ngồi bà đã hỏi gần hỏi xa, "Tui nghe cả xóm người ta đồn cô Út giỏi dang dữ lắm, dù là con gái ở thành về, xưa nay thuở nào làm việc động móng tay, vậy mà về đây chịu khó chịu cực không thua ai, mà tánh tình lại vui vẻ, công việc có cực nhọc cỡ nào thì cả ngày cũng tươi tắn, bà con giáp mặt ai cũng phải khen lấy khen để, sao mà cô Út đẹp đẽ, hiền hậu lại đảm đang quá."

Bà Sáu nói một tràng không kịp thở, làm bà quản chợt nghiệm ra chắc bà Sáu đang ngắm nghé con gái nhà mình. Dù bà quản biết bà Sáu chuyên làm nghề mai mối, nhưng không ngờ chỉ còn hai ngày nữa gia đình bà rời nơi đây để trở về Sài Gòn, mà cũng không thoát tay bà mai Sáu. Bà quản Tư còn đang bối rối chưa biết phải trả lời với bà mai ra sao, thì nghe tiếng chân Thanh và Nhàn ở bên hè. Bà quản Tư kêu hai con vô chào bà Sáu,

"Hai đứa về rồi đó hả, vô đây thưa bà Sáu đi con."

Thanh giúp chị phơi cái khăn với hai bộ quần áo ướt trên sào tre gần mấy bụi ớt bên hông nhà, trước khi bước vào khoanh tay cúi đầu chào bà Sáu:

"Thưa bà Sáu mới tới."

Bà Sáu ngoẹo cổ cười toe toét, trước khi vo cái miệng thiệt tròn, đủng đỉnh nói:

"Mèn đét ơi ... giỏi quá hôn. Con gái thành thị thiệt có khác, nói năng cũng lịch sự hơn người ta."

Cặp mắt bà đảo một vòng trên người Thanh, rồi tiếp:

"Tội nghiệp cô Út quá, đường đường là tiểu thơ con ông bà quản trên thành mà phải về đây sống cực sống khổ, tay lấm chân bùn suốt ngày từ sáng tới tối..."

Bà Sáu ngập ngừng, như bất chợt nhớ ra điều gì, trước khi nói tiếp:

"À mà năm nay hổng biết cô Út được bao nhiêu rồi?"

"Dạ con mười bảy tuổi."

"Vậy là tuổi con Ngựa phải hôn..."

Bà Sáu chợt nhíu mày nhớ tới lời bà Hộ căn dặn, là tìm con dâu út cho bà phải tránh cái tuổi Ngựa, vì đó là tuổi của con dâu thứ ba của bà. Tối ngày nó cứ gây sự cải vã trong nhà. Sau một thoáng lúng túng Bà Sáu tự trấn an, *'Thôi chuyện đó để tính sau,'* tức thì cặp chân mày đã vô tình phản phé, vội duỗi thẳng ra, rồi giương lên thành hai vòng cung trên đôi mắt cú vọ gặp mồi ngon trong đêm, miệng cười toe toét, bà Sáu hỏi:

"Phải cô Út sanh ban đêm hôn?"

"Ủa sao bà Sáu biết vậy."

"Thấy chưa tui biết mà. Cô Út đây trắng da dài tóc, mặt mày đẹp đẽ, dáng vẻ sang trọng vậy thì làm sao là Ngựa thường được. Ngựa sanh ban ngày phải số cực khổ cả ngày kéo xe cho người ta đi, chứ còn Ngựa sanh giờ Tí như cô Út đây là thuộc ... Ngựa Trời đó. Khác xa à nha."

Hai chị em Thanh bụm miệng cười khúc khích. Bà Sáu vội vàng lên tiếng, "Nói thiệt với cô Út nha, con gái mà tuổi Ngựa thì mười người hết nửa lận đận về đường tình duyên, thế ít gì thì cũng hai ba đời chồng. Con Ngựa nào may mắn được một vợ một chồng, thì suốt đời cũng phải làm việc sứt đầu tóc mượn để nuôi cả gia đình nhà chồng. Còn nữa nha, có mấy người từ nhỏ mà lỡ mang tiếng '*Ngựa bà*', thì cả đời kiếm chồng hổng ra, chứ hổng vừa đâu. Còn số '*Ngựa trời*' như cô Út đây là số giàu sang có kẻ hầu người hạ, cô Út biết hôn."

"Dạ con sống ở nhà với ba má cũng thấy vui rồi bà Sáu ơi," Thanh thản nhiên nói. Bà quản biết bà Sáu đang dẫn đến chuyện mai mối cho Thanh, lại thấy Nhàn đứng kế bên mặc dù cũng tỏ ra vui cho em, nhưng không giấu được nét u sầu, và nỗi niềm riêng tư khi làm chị mà thấy em mình đã được mai mối tới hỏi chuyện hôn nhân trước.

Bà quản tế nhị sai hai con ra sau lo chuẩn bị thúng vải để ngày mai bà đem ra chợ quận bán: "Con nít con nôi mà biết gì. Thôi con dắt chị Ba ra phía sau đo vải rồi xếp vô thúng đi, sáng mai má đem lên chợ giao cho người ta."

Còn lại một mình với bà quản, bà Sáu không chần chừ nói: "Hổng giấu gì bà quản, bà Hộ bên làng An Phú có nhờ tôi kiếm con dâu út cho bả." Bà quản vội ngắt lời,

"Tui cũng có nghe bà Hộ đang kiếm vợ cho cậu út mới học xong trên Sài Gòn về. Người ta chỗ giàu có, ruộng vườn cò bay thẳng cánh, thiếu gì nơi môn đăng hộ đối muốn gả con vô đó."

"Tạ dĩ mới nói, vậy mà tới nay bả cũng chưa tìm được một chỗ ưng ý đó. Sở dĩ có chuyện như vậy là vì từ ngày người con lớn của hai ông bà học ở bên Tây về đem theo một cô vợ đầm, bà ngán ngẩm, nên muốn kiếm một cô dâu theo tây học giống như cậu út, để cầu có người bầu bạn khỏi bỏ qua Tây rước thêm một bà đầm nữa về. Mà bà quản coi, con gái trong vùng chữ ta còn chưa biết, nói gì tới chữ Tây chữ u. Thiệt là Trời Phật sắp xếp cho cô Út về đây. Tôi thấy là duyên tiền định hết chứ không vừa đâu."

Bà quản tò mò muốn biết,

"Cậu Út ở bển năm nay được bao nhiêu vậy chị."

"Dạ cậu Út tuổi con Mèo ..."

Chưa nói dứt câu, bà Sáu chợt giật mình, thầm nhủ, '*Thôi chết mụ nội! Tý-Ngọ-Mão-Dậu, đụng vô tứ hành xung rồi...*' Vừa lúc đó bà quản cũng thắc mắc:

"Chà, e không được hợp lắm. Năm ngoái có ông thầy bói trên Sài Gòn nói, tuổi con Thanh khắc với tuổi Mẹo."

"Bà quản đây cứ yên tâm đi. Hổng sao hết, tui làm mai mấy chục đám rồi mà, ba cái chuyện này làm sao hổng biết. Tuổi của cô Út với cậu Út nói nào ngay cũng có xung chút đỉnh nhưng hổng nhằm nhò gì ráo trọi hết á."

Bà Sáu xỉa cục thuốc từ mép trái qua mép phải, rồi từ phải qua trái, chợt dừng lại nói tiếp như nhớ ra điều gì quan trọng: "Bà quản biết hôn, hai tuổi này coi '*xung*' vậy mà ... không '*khắc*', chừng nào có '*khắc*' kìa mình mới lo. Chứ mới '*xung*' ên vậy, mình đi cúng sao một bữa là nó hóa '*hợp*' liền. Mà thiệt ra cũng hổng cần cúng kiếng gì ráo trọi á. Vợ chồng mà, sớm cãi tối hòa, có sao đâu. Cái mững lầm lầm lì lì, suốt ngày chẳng nói chẳng rằng mới đáng sợ."

Bà quản nãy giờ nể tình bà Sáu đem bốn trái vú sữa tới biếu nên kiên nhẫn ngồi nghe, chớ trong lòng bồn chồn không yên vì còn bao nhiêu chuyện nhà phải lo. Chỉ còn hai đêm nữa, tới sáng mốt bà phải dẫn Thanh và Nhàn về Sài Gòn, đầu óc đâu tính chuyện gả con. Bà quản cảm thấy câu chuyện mai mối đã đi khá xa, nên nói dứt khoát: "Cám ơn chị Sáu thương con tôi, lo cho nó, nhưng ông tôi kêu ngày mốt này phải dắt mấy đứa nhỏ về trển. Không chừng mình để dịp khác nha chị Sáu."

"Chèng ơi, tui biết bà quản phải về trển chứ, bởi vậy mới ba chưn bốn cẳng chạy tới báo tin vui cho bà quản với cô Út biết nè. Ông bà Hộ là chỗ giàu có, ruộng vườn cò bay thẳng cánh, mà chỉ còn lại có người con trai út, ổng bả thương dữ lắm, cô Út mà gả qua bển tui cam đoan cũng được nuông chiều hết mực, khỏi làm việc động móng tay, cả cuộc đời ăn sung mặt sướng ..."

Bà quản thấy trời chạng vạng tối, ngắt lời bà Sáu:

"Chị Sáu thông cảm cho, bây giờ không có ông tôi ở đây, một mình tôi đâu dám định đoạt chuyện cả đời cho con như vậy. Vả lại, chỉ còn hai ngày nữa ba mẹ con tôi đi rồi, có tính toán gì cũng không kịp nữa."

"Hổng sao đâu bà quản ơi, tui biết mà, bà quản an tâm đi, bà quản chỉ gật đầu một cái là ngày mai bên nhà ông bà Hộ người ta đem đầy lễ vật qua hỏi liền hè. Rồi chừng bà quản về trển hỏi ý ông quản sau, có muộn màng gì đâu."

Bà quản hết cách thoái thác. Số phận người phụ nữ Việt Nam đã được định đoạt trước khi bà mai xỉa xong một cục thuốc trong miệng. Thanh khóc thâu đêm. Sáng hôm sau trên danh nghĩa Thanh đã là vợ sắp cưới của Cậu Út con trai ông bà Hộ ở An Phú.

2. Nỗi đau thầm kín

Trời hừng sáng, ăn xong ba hột cơm Thanh đã lấy lại nghị lực, gác chuyện bị ép duyên oan uổng sang bên, mạnh dạn bước ra khỏi nhà đi từ giã mấy chị em bạn dệt. Nàng bước đi thoăn thoắt trên bờ mương dù không có chuyện gì cần vội vã, chợt nghe tiếng hò trêu mình vọng về từ thửa ruộng đang cấy:

Hò ... ơ ...,

Hỡi cô má đỏ hồng hồng,

Sao cô không chịu lấy chồng làm nông.

Điền, kẻ si tình, mấy lần thúc hối thím Hai má nó qua xin hỏi cưới Thanh, nhưng chuyện không thành. Hôm nay tình cờ gặp nàng, chàng trai làng cầm lòng không đậu, mượn tiếng hò trách móc gói ghém nỗi mủi lòng.

Hồi năm 15 tuổi Thanh có dịp chụp hình lưu niệm với gia đình tại tiệm Ánh Sáng trên đường Galliéni. Sau khi rửa hình ông chủ tiệm xin phép ông quản Tư, được họa bức ảnh 'Cô Út Thanh' ra lớn để chưng trong tủ kiếng trước tiệm. Nét đẹp thuở nào giờ lại thêm mặn mà vị nắng sương, làm lộ rõ hơn trên gương mặt trái soan nét cương nghị và vẻ quyết đoán, vốn là tư chất của Thanh mà bạn bè nàng từ nhỏ không lạ gì. Tuy người ngoài ít khi bắt gặp một nụ cười trên khuôn mặt khả ái đó, nhưng ánh mắt luôn toát vẻ thân thiện dễ gần gũi.

Thanh nâng vành nón lá lên rảo mắt tìm Điền. Cặp mắt to chợt ngời sáng, nhưng không như ánh trăng lãng mạn đang tranh giành bóng đêm với các vì sao trên trời, mà là thứ ánh sáng ban mai đang sưởi ấm buổi bình minh, ngầm bày tỏ một niềm cảm thông với Điền.

Con Mận, một bạn cấy kế bên, lâu nay phải lòng thằng Điền, nhưng chỉ đón nhận được những thờ ơ của nó. Nay cô không thể bỏ qua dịp đôi co, mắc mỏ với nó vài câu:

Hò ... ơ ...,

Hỡi anh mơ mộng viển vông,

Bông lài bông sứ chớ hoài mất công.

Quê mình điên điển đầy đồng,

Sao anh không hái đem về mà ... chưng.

Ý xỏ xiên, anh làm gì mê người ta quá, thiếu điều muốn rước về nhà để chưng trên bàn thờ. Điền bẽn lẽn cúi đầu mỉm cười. Thằng Ngan đứng kế bên Điền đâu dễ để cánh con trai thua mút mùa vậy được, nó bèn tằng hắng một tiếng thị oai trước khi lên giọng gỡ gạc:

Hò ... ơ ...,

Em thì ở đó mà chờ,

Khi nào anh rảnh anh qua.

Anh ngắt cái bông điên điển,

Đem về ... anh kho tiêu!

Đám con trai đồng loạt phụ họa, '*Tiêu đời chưa!*', rồi cười rộ lên khỏa lấp mấy tiếng rủa yếu ớt '*Đồ quỷ*' từ cánh con gái. Thanh mừng thầm vì nhờ họ đối đáp châm chọc nhau mà mình được '*giải vây*'. Nàng miễn cưỡng tiếp tục bước đi trên bờ đê, dưới bóng rặng mù u, bên con mương đầy nước, lòng sớm dấy lên niềm lưu luyến mảnh đất ruộng vườn và những con người gắn bó với nó.

Lụi hụi trời sắp tối, ba mẹ con bà quản Tư ngồi quây quần xung quanh cái rương mây đặt giữa bộ ván, kế bên ngọn đèn mù u lập lòe, lăng xăng gom góp hết hành trang còn sót lại, chuẩn bị cho cuộc hành trình trở về đoàn tụ cùng ông quản Tư.

Sau khi bà quản Tư cẩn thận xếp vào rương chiếc áo dài trắng cuối cùng mà mấy tháng nay bà chưa bao giờ có dịp mặc, bà chồm tới vẫy tay kêu hai đứa con ngồi nhích lại kế bên mình. Bà hạ giọng dặn dò, "Mấy đứa nhớ về trển nói với ba con là..."

Bà ngập ngừng, rồi trở tay vào người Nhàn nói tiếp, "... chuyện này do tụi lính Nhựt làm đó, biết chưa".

"Dạ, con biết mà má," Thanh nhanh nhảu đáp. Nhàn ngồi bó chặt hai gối, giấu mặt vào bóng đêm.

Bà quản Tư nói tiếp: "Má chỉ sợ hai đứa có lúc lỡ miệng nói ra vậy mà. Ba con mà biết chuyện này do thằng Lượn nó làm, ổng sẽ buồn cỡ nào. Thiệt ngặt cho ổng quá, biết phải xử lý ra sao đây. Bề nào nó cũng là con của bác Hai, bạn khố chuối của ba con. Má nghe nói từ ngày ba con ở lại làm việc trên thành, bạn bè trong làng nhiều người trách móc, xa lánh ổng, ngoại trừ bác Hai ba thằng Lượn và một hai người bạn thân khác thỉnh thoảng còn lên thăm ba con. Bởi vậy ổng quý họ lắm."

Nhắc tới ông quản Tư, bà quản lại dõi mắt vào bóng đêm miên man nghĩ tới hoàn cảnh của chồng hiện tại, Thanh kín đáo liếc nhìn chị, hoảng hốt kêu lên:

"Chị Ba cắn môi nữa kìa."

Bà Tư lính quýnh chồm lên, ôm Nhàn vào lòng. Bàn tay mẹ hiền hối hả xoa lên hai má Nhàn, miệng không ngớt can ngăn, "Thôi nha con ... thôi nha con; Má xin lỗi con," Bà Tư dỗ dành, "Má sẽ không bao giờ nhắc tới chuyện đó nữa. Chỉ tại má cứ lo cho ba con, sợ ổng buồn phiền, tội ổng..." Bà Tư nghẹn ngào nắm chéo khăn đeo trên vai lau vội hai hàng nước mắt chợt tuôn trào rồi khuyên con, "Chuyện gì qua rồi, mình ráng để cho nó qua nha con."

Phần Thanh nghĩ ngay tới lời bà Tư sai bảo lần trước, khi Nhàn đã cắn môi đến máu chảy đầy miệng khi nghe nhắc đến tên thằng Lượn, Thanh vội vã chạy đi pha một ly nước muối cho chị ngậm.

"Con phải đi mét với bác Hai mới được," Thanh tức giận nói.

Bà Tư khẽ lắc đầu can ngăn, "Hổng được đâu con." Sau một lúc trầm ngâm, bà cố giải thích, "Con nghĩ coi, bác Hai con biết xử sao đây. Trong nhà có đứa con bất nhơn như vậy, làm rùm beng lên cho làng xã biết, chắc cả nhà ổng phải bỏ xứ mà đi, chứ còn mặt mũi nào gặp ai." Bà lơ đễnh nhìn vào khoảng không phía trước, lập lại nỗi lo âu tự đáy lòng. "Rồi chuyện đổ bể ra tới tai ba con, ổng sẽ khổ tâm cỡ nào."

Bà Tư thở dài ngao ngán, vuốt tóc Nhàn an ủi: "Ráng nha con. Má cũng là phận đàn bà, má hiểu con mà." Nghe tới đây nước mắt Nhàn chợt tuôn trào. Nhàn dúi đầu vào vai mẹ khóc nức nở. Bà Tư ôm chầm lấy con, dỗ dành, "Giỏi đi con, ... ráng đi con." Vòng tay của người mẹ xiết chặt hơn trên thân hình bé bỏng của con, âu yếm truyền đạt tín hiệu thiêng liêng của lời hứa ngàn đời, "Mẹ lúc nào cũng ở bên con." Mãi mãi, như điệu ầu ơ trong gió:

Ầu ơ, ví dầu cầu ván đóng đinh

Cầu tre lắc lẻo gập ghềnh khó đi

Khó đi mẹ dắt con đi

... Con đi trường học, mẹ đi trường đời.

Nếu trường học dạy con tam tòng tứ đức, thì trường đời dạy mẹ lấy chữ nhẫn nhục, chịu đựng làm câu trau mình. Bà Tư dõi mắt vào khoảng không vô định thì thầm, "Ráng đi nha con." Lời khuyên con mà dường như để nhắc mẹ, ráng mạnh mẽ lên để chống chọi với phong ba lúc nào cũng chực chờ đâu đó.

Trong bóng đêm ba mẹ con trần trọc tìm vào giấc ngủ. Thanh cảm thấy bồn chồn lo âu trong nỗi lo của chị, trăn trở dưới những áp lực vô hình dồn dập bủa vây. Nàng thầm nguyện cầu cho mọi sóng gió rồi sẽ qua đi. Kế bên, Bà quản Tư không ngớt trách móc bản thân đã không làm tròn bổn phận của người mẹ. Bà lần năm ngón tay vuốt thẳng tóc Nhàn, tỉ tê phân giải như bà từng phân giải bao nhiêu lần trước đây, từ ngày tai ương ập đến với Nhàn: "Lỗi cũng tại má, thấy hai đứa bị nổi mụn, nên trưa đó má qua bên vườn nhà thím Tám ở xóm trên để hái rau má về vắt nước cho hai đứa uống cho mát,... nên bỏ con ở nhà một mình."

Bà Tư không tài nào chợp mắt được, lơ đãng nhìn vào khoảng không tĩnh mịch giữa nhà, lo âu cho số phận của các con trên nẻo đường sắp tới.

3. Tứ quý trường Colette

Ông quản Tư bị thuyên chuyển tới bót Bãi Sậy ở vùng ven đô, tuy xa xôi hẻo lánh nhưng có một vị thế chiến lược quan trọng đối với chánh quyền Pháp. Bót được dựng lên bên ngoài xóm Cây lý, cách trung tâm thành phố hơn 10 cây số về hướng Tây Nam, nhằm ngăn chận các lực lượng kháng chiến từ hướng lục tỉnh đi lên, tìm cách đột nhập vào Sài Gòn.

Sau khi ông quản Tư cảm thấy đã quen thuộc đường đi nước bước và công việc làm đã tạm ổn định, ông nhắn tin cho bà quản dẫn hai đứa con gái về để gia đình đoàn tụ một nhà. Ông đón gia đình vào một khu phố lính nằm ở phía sau bót, mà cư dân trong vùng gọi là phố La Cua. Phố La Cua là một dãy phố trệt dành cho mấy người lính Việt và gia đình họ ở. Nó nằm khiêm tốn sau dãy phố lầu hai tầng ngó ra sông, để cho lính Pháp và các công chức có quốc tịch Pháp sống.

Trưa hôm nay phố La Cua đang chìm trong cơn mưa tầm tã bỗng có khoảnh khắc trời già buông tha, ló dạng giữa những đám mây đen, tỏa sáng trần gian với những tia nắng lung linh đón nhận ba mẹ con Thanh trong ngày đoàn tụ cùng ông quản Tư.

Thanh trở về Sài Gòn ngày trước, ngày sau ba cô bạn thân kéo tới thăm. Mỹ Lệ, Dung, Loan và Thanh, tứ quý của trường Colette ngày nào, quây quần bên bàn ăn sau bếp, nói cười hả hê để bù đắp những ngày tháng xa cách, nhớ nhung. Sau bốn năm học đầu đời dưới mái trường Colette và trải qua những năm chia sẻ ngọt bùi của tuổi thanh xuân, họ trở nên những người bạn gắn bó như ruột thịt dù hoàn cảnh và thân phận mỗi người một khác.

Câu chuyện giữa bốn chị em sớm xoay quanh đề tài không thể thiếu trong mỗi lần gặp mặt, đó là 'Tình yêu', và *nạn nhân* đầu tiên của mọi ánh mắt nửa như soi mói nửa như trêu chọc lần này là Dung. Dung với gương mặt tròn trĩnh, nước da bánh mật, ngọt ngào như cây trái miền Tây. Không phấn son trang điểm, ngoài đôi mắt hột nhãn lấp lánh tinh anh, tuy thường vấn vương miền quá khứ, man mác nỗi buồn xa xăm nơi phương trời diệu vợi. Thanh liếc mắt về hướng Dung ngồi kế bên dò hỏi,

"Còn chuyện bà với anh Án tới đâu?"

"Thì bồ cũng biết rồi, cha mẹ đặt đâu con ngồi đó."

Mỹ Lệ lớn tuổi hơn hết trong số bốn chị em, lên giọng chị cả trêu em, "Thôi đi, nếu cha mẹ đặt chỗ khác có chịu thiệt không?" Quay sang Thanh, Mỹ Lệ nheo nửa mắt, "Si người ta muốn chết mà còn làm bộ đó."

Loan nhảy vào chất vấn Mỹ Lệ để giải vây cho Dung,

"Còn chuyện bà với anh Sứ ra sao, ở đó mà theo chọc người ta."

Mỹ Lệ với mái tóc lên ngôi, bồng bềnh như hai lượn sóng vỗ thuyền, chỉ trả lời bằng cái bĩu môi *xăn-phú* (*'on s'en fout'*; không quan tâm) cố hữu. Trái lại cặp mắt trong sáng thường giương to biểu hiện quan tâm tới bạn bè đã phản bội thái độ tưởng như bất cần đời, mà trên thực tế phản ảnh một bản lãnh tiềm tàng sẵn sàng giũ bỏ mọi vấn vương trong lòng đối với những chuyện nàng cho là nhi nữ thường tình.

Thanh như nhớ ra điều gì, thắc mắc hỏi: "Ờ phải há, trước khi đi tôi nghe hai người muốn làm đám cưới. Chuyện đó tới đâu rồi nói mình biết." Loan nhảy vào trách cứ, "Nói gì bà, tụi tui ở đây mà bả còn giấu."

Mỹ Lệ ngập ngừng trước khi thố lộ, "Anh Sứ theo Việt Minh. Ba tôi biết được ổng lo gần chết... Chuyện hôn nhân coi như ... khó mà thành." Trong khi mấy người bạn của Sứ bỏ vô khu theo kháng chiến, Sứ được lệnh mở một sạp bán mắt kiếng bên hông chợ Bến Thành dùng làm trạm liên lạc. Cả đám mới hiểu nỗi khổ của bạn, xúm lại an ủi, nhưng Mỹ Lệ gạt ra với cái nhún vai *'C'est la vie.'* (Đời là vậy.) Chợt cô nàng nhếch môi cười bí ẩn:

"Đâu ai nói, không có đám cưới là không thành vợ chồng được."

Ba chị em sững sờ trước ý tưởng táo bạo của bạn, dù đó chỉ là lời nói nửa đùa nửa thật. Với bản lãnh của Mỹ Lệ mà các bạn đều biết thì không có gì là không thể trở thành sự thật một khi cô nàng đã quyết tâm. "Thiệt sợ bà luôn," Loan nhẹ giọng bày tỏ lòng thán phục và cảm thông, hơn là một lời khuyên lơn hay ngăn cản, dù đối với bản thân Loan đó là một việc làm không tưởng.

Thanh thấy cần đổi hướng câu chuyện để tránh cho Mỹ Lệ khó xử, nàng quay sang hỏi Loan: "Bà nói chuyện người ta thì hay lắm, còn chuyện của bà với anh Hùng tới đâu rồi." Hùng là anh của Mỹ Lệ, và từng là người 'hùng' của Loan, cho đến khi cha mẹ Hùng vì thương con nên nghe lời đến nhà Loan xin cầu hôn, và phải chuốc lấy lời miệt thị, "Nó không đáng xách guốc cho con tôi".

Loan, con ông bà Đốc Phủ Sứ, tóc bới đầu Lèo tuy còn trẻ tuổi đã phảng phất nét mệnh phụ, được bạn bè gọi là 'công chúa', nhưng tánh tình bình dị, ăn to nói lớn, nên thường bị trách yêu là không 'quý tộc' chút nào. Vết thương trong lòng Loan vẫn chưa lành sau lần đổ vỡ trong tình yêu đầu đời. Mỹ Lệ biết rõ điều này hơn ai hết nên vẫn duy trì tình bạn với Loan, và để tránh cho Loan khỏi phải khó xử trước câu nói vô tình, Mỹ Lệ quay sang Thanh đùa,

"Còn bà nữa, bà chưa báo cáo cho tụi này biết mấy tháng ở dưới quê bà có gặp Hắc Công Tử hay Bạch Công Tử nào không."

Thanh mím chặt môi tỏ vẻ có bí mật không thể thố lộ, nhưng rồi cũng bật mí: "Mình như ván đã đóng thuyền."

Cả bọn nhao nhao lên, kẻ trách móc, người dọa 'nghỉ chơi luôn' vì Thanh phản bội lời thề không giữ bí mật giữa bốn chị em. Thanh bình thản trả lời, "Bình tĩnh, bình tĩnh. Chuyện đâu còn có đó. Có công tử 'beau' trai đến hỏi thiệt, và má mình bị ép quá nên ... ừ đại. Nhưng vừa về tới đây mình đã mét với ba mình. Ba mình đang nhờ người đem trả hết lễ vật lại cho họ."

Cả bọn thở phào, nhưng Mỹ Lệ gặng hỏi cho chắc:

"Tức là bà vẫn còn *célibataire* (độc thân)?"

"Oui, madame.... Dạ phải, thưa bà. Vừa lòng chưa."

Cuộc vui chóng tàn, trước khi chia tay Thanh hỏi, "Ngày mai đứa nào muốn đi giẫy mả với mình?"

"Tháng này là tháng mấy mà giẫy mả," Dung hỏi.

"Phải há, qua Tết lâu lắm rồi mà," Loan thắc mắc.

"Ừ nhưng mình hụt giẫy mả má mình năm ngoái..." Thanh buông lững câu nói trong nỗi nhớ mẹ vời vợi.

4. Ngày giẫy mả

Từ tờ mờ sáng Thanh đã thức dậy lo đi giẫy mả mẹ cô. Thanh đơm nửa ngăn gà-mên cơm rồi rải lên bên trên một lớp cá chà bông do tự tay cô mua một con cá lóc về làm cả buổi trời hôm qua. Đây là món ruột của mẹ cô lúc sanh thời, mà từ khi cô biết nấu nướng đã không quên làm mang theo để cúng mẹ mỗi dịp lễ Thanh Minh.

Ngăn gà-mên thứ hai đựng bốn trái mận với một nhúm muối ớt để chấm. Trước cửa nhà cũ của Thanh có một cây mận thiệt sai trái. Thỉnh thoảng vào những buổi trưa chỉ có hai mẹ con ở nhà, mẹ cô thường lấy lồng hái mận xuống cho cô ăn. Thanh nhớ mãi bà thường cắt mỗi trái mận ra hai trước khi trao cho Thanh, để tránh cho cô ăn phải trái có sâu bên trong. Còn phần bà, bà chỉ để nguyên trái chấm muối ớt ăn. Đó là những giây phút lắng lòng hiếm hoi mà cô cảm thấy thật hạnh phúc bên mẹ.

Ngăn gà-mên thứ ba cô tạm thời để trống, dành đựng thịt heo quay lát nữa trên đường đi cô sẽ ghé vô chợ mua. Thanh cẩn thận đặt gà-mên vào giỏ xách, bên cạnh bịch nhang với hai cây đèn cầy và một hộp quẹt diêm.

Thanh đi bộ từ nhà ra đầu cầu Máy Rượu đón xe 'lô' (*location*) ra chợ Xóm Củi. Từ đó đi bộ qua cầu Chà Và tới trước cửa Bưu điện Chợ Lớn, đón xe buýt đến gần cư xá bót Xây-nho để gặp Dung đang chờ ở nhà Mỹ Lệ trước khi ba chị em cùng lên đường. Trước đó Thanh còn ghé qua chợ Cầu Ông Lãnh mua 500 gram thịt quay và hai ổ bánh mì, để trước cúng mẹ sau cho mấy chị em ăn trưa luôn. Thanh cố ý đem '*lương thực*' rộng rãi vì còn để biếu gia đình chú Năm giữ nghĩa địa.

Ông Năm đang ngồi chuốt cần câu trước hiên nhà, nghe tiếng người ngoài ngõ ông vừa nhìn lên đã nhận ra Thanh, lật đật bỏ cái mác xuống phên, chạy ra cổng chào, "Chà Cô Út đó phải không. Lâu quá hổng gặp. Ông quản lóng rày cũng khỏe chứ cô Út?"

Từ sau khi mẹ Thanh mất mỗi năm ba Thanh đều dẫn nàng đi giẫy mả mẹ, nên cha con ông Năm quen mặt và coi như người thân. Thanh trả lời:

"Dạ khỏe cám ơn chú Năm. Lúc này chú thím và anh Rê cũng khỏe."

"Dạ, nhờ trời gia đình cũng được bình yên. Chỉ có cái là ... thời buổi giặc giã ít ai bén mảng ra đây cúng kiếng gì. Ngoại trừ khi chôn cất bà con thì mới thấy họ tới, bình thường vắng hoe."

"Năm ngoái tôi phải về quê lánh nạn nên cũng không tới được," Thanh nói.

"Cô Út khỏi lo, năm nào hai cha con tui cũng lo giẫy mả của bà Tư sạch sẽ, dù ông quản và cô Út có tới hay không," ông Năm vừa nói vừa đưa Thanh và mấy chị em ra thăm mả mẹ cô.

Đường đất quanh co nghĩa trang có nơi cỏ mọc tới đầu, vì ít ai còn dám ra đây thăm mộ người thân mỗi năm. Ông Năm đi trước, cầm phảng phát trái phát phải mở đường. Ra tới nơi thì có thể thấy chứng tích mả của mẹ Thanh đã được giẫy từ mấy tháng trước, vì tương đối ít cỏ dại mọc hơn so với những vùng quanh đó, và ít ra chữ khắc trên mộ bia vẫn còn khá tươi màu sơn đỏ.

Ông Năm theo thói quen với tay bứt mấy cây dây bắt đầu leo lên mả, xong lại cúi gập người nhổ sạch từng bụi cỏ dưới chân. Thanh đảo mắt nhìn quanh ngôi mộ mẹ mình, cảm thấy hài lòng nên lập lại lời cám ơn với ông Năm.

Trong lúc Dung và Mỹ Lệ phụ đem đồ cúng ra sấp trên bệ đá ong ở phía trước mộ, Thanh đứng kế bên chăm chú đọc lại tên mẹ mình trên mộ bia, chợt quay sang nhờ ông Năm,

"Chú Năm ơi, làm phiền chú cho mượn lon sơn đỏ với cây cọ để tôi dậm thêm mấy chữ trên mộ bia. Tôi thấy chú có làm rồi, nhưng nghĩ cũng còn mấy tháng nữa tôi mới trở lại, nên sẵn dịp ở đây muốn dậm thêm lớp sơn mới cho má tôi vui."

"Dạ được cô Út," Ông Năm vừa nói xong, đã nhanh nhẹn cất bước về hướng nhà ông lấy nước sơn.

Ông đi chưa xa, bọn Thanh nghe tiếng la hú trêu chọc từ hướng một cái đồn Tây cách đó không xa. Hai tên lính Senegale mặt gạch (lính Phi Châu đánh thuê cho Pháp) đang tưới vườn rau phía sau hàng rào kẽm gai chỉ trỏ la lối, quơ tay múa chân bỡn cợt. Thanh cảm thấy bất an, giục hai bạn:

"Thôi mình đốt nhang đèn lên cúng rồi đi nha mấy bồ."

Dung đang cầm bó nhang trên tay, vội vã cắm hết vào lon cát đặt trước mộ. Mỹ Lệ cười trêu Dung,

"Coi bà kìa, nhang chưa đốt, chưa ai khấn vái gì hết mà đem cắm rồi."

Mỹ Lệ bình tĩnh quẹt diêm quẹt đốt hai cái đèn cầy lên, châm lửa cho bó nhang, rồi nhỏ sáp xuống bệ đá cắm đèn. Xong đâu đó mới lên giọng chị cả ra lệnh:

"Mình sá vài sá rồi đi. Ở đây lâu coi bộ không tiện."

Dung nãy giờ không ngưng dõi mắt dòm chừng phản ứng của hai tên mặt gạch, chợt kêu lên:

"Nó chạy lại kìa."

May mà trên đường về nhà ông Năm cũng nghe được tiếng la ó ồn ào từ hướng đồn Tây, và để dự phòng bất trắc ông kêu thêm thằng Rê đi trở ra, hai cha con kẻ vác mác người vác phảng chạy tới bảo vệ ba chị em Thanh.

Ông chỉ phòng hờ thôi, chứ mấy tháng nay ông coi như đã quen biết mấy người lính trong đồn rồi. Số là từ ngày Nhựt đảo chánh, lính Pháp bị tước hết vũ khí. Trong khi có một số lính Pháp ở miền Nam bỏ trốn vào rừng tìm đường qua Cambodge, đa số được đồn trú tại chỗ để chỉ đường hay chỉ điểm các phần tử phản kháng cho Nhựt.

Ở đồn này ngày trước có gần 20 người, đa số là lính Việt, sau đó phần đông bỏ đi chỉ còn lại vài tên lính Phi Châu mặt gạch và một thiếu úy người Pháp tên Paul, không biết từ đâu tới nhập bọn. Thỉnh thoảng họ thường vào xóm gặp dân xin trái cây ăn, nhưng thực chất là lân la dò hỏi tin tức về hoạt động của quân kháng chiến để cung cấp cho quân đội Nhựt.

Ba chị em hối hả đi được nửa đoạn đường tới nhà ông Năm thì một tên lính mặt gạch đã đuổi tới gần kề sau lưng, may mà lúc đó ông Năm kịp thời dẫn con quay lại, quơ phảng, quơ mác, chặn đường hắn. Hắn gặp cha con ông Năm, hai người thường chặt dừa xuống cho hắn uống, nên xuống giọng nói với mấy cô là lâu ngày mới nhìn thấy người đẹp thành phố, muốn tới để bắt chuyện thôi. Mỹ Lệ thấy cần xoa dịu bầu không khí, trao đổi với hắn vài câu xã giao bằng tiếng Pháp.

Mới nói mấy câu, Paul chạy tới. Hắn đang tắm khi nghe một tên lính vào báo cáo, định chạy theo để ngăn không cho lính hắn quấy nhiễu dân. Hắn xin lỗi vì chưa kịp mặc áo, trên người chỉ vỏn vẹn có cái quần sọc, để lộ bộ ngực trần đầy lông lá. Mặt hắn khuất phía sau đám râu tóc đỏ hoe, rậm rạp, chỉ chừa hai con mắt xanh long lanh, ánh lên đầy vẻ tò mò.

Sau khi Paul ra hiệu cho hai tên lính mặt gạch trở về đồn, hắn lịch sự nói: "Xin lỗi, chúng tôi đã quấy nhiễu các cô." Thanh vả lả: "Không sao, chắc thấy người lạ đến, anh ấy muốn tới làm quen thôi."

Paul bèn hỏi, "Hôm nay là ngày đẹp trời, các cô đến viếng mộ người thân?"

"Vâng tôi đi thăm mả má tôi cùng với hai người bạn đây." Paul chìa tay ra bắt tay Thanh và tự giới thiệu, "Tôi là Paul, còn các cô."

Sau khi ba chị em giới thiệu về mình, Paul hỏi tiếp, "Mấy cô từ đâu tới?" Mỹ Lệ nhanh nhẩu trả lời, "Chúng tôi ở cư xá bót Xây-nho, còn Thanh ở bót Bãi Sậy." Ý của Mỹ Lệ muốn hắn biết mình thuộc gia đình công chức làm việc với Pháp, đề phòng nếu hắn có ý đồ gì khác. Ngược lại hắn chợt chau mày nhìn Mỹ Lệ.

Sau một thoáng im lặng, hắn bảo có chuyện muốn nói riêng với cô và kêu mọi người về nhà ông Năm trước. Thanh đang do dự không muốn bỏ bạn ở lại một mình, thì nghe Paul hỏi Mỹ Lệ, *'Cô chính là con ông Sáu phải không?"* Nghe vậy, Thanh nghĩ là họ quen biết trước nên cầm tay Dung kéo đi.

Mỹ Lệ ngạc nhiên hỏi,

"Đúng rồi sao ông biết?"

"Tôi cũng từng làm việc ở bót Xây-nho một thời gian ngắn. Cô có nhớ tôi là ai không?"

Mỹ Lệ ngờ ngợ có gặp Paul. Nhưng nghĩ có lẽ vì hắn giống Jacques, con ông Cò Pháp, đeo đuổi nàng cả năm trời.

"Xin lỗi tôi không nhớ đã gặp ông ở đâu."

"Cô nhớ lại xem, đêm Nhựt cướp chánh quyền, có người lạ nào trốn trong nhà cô."

Mỹ Lệ mới vỡ lẽ :

"À, ông uống rượu với ba tôi chiều hôm đó, và ở lại nhà tôi qua đêm. Ông ngủ trên cái ghế bố để trong nhà bếp."

"Vâng, cám ơn ba cô đã che giấu cho tôi được một đêm."

Paul nói giọng đầy mỉa mai, trước khi tiếp :

"Và chỉ được tới trưa hôm sau thôi, lính Nhựt đã đến bắt tôi. Cô biết tại sao họ được tin nhanh vậy không."

"Thật đáng tiếc. Tôi không biết."

"Chính ba cô sáng hôm đó đã báo với lính Nhựt."

"Tôi thật sự không biết. Chiều lại cha tôi cũng bị giam. Nếu cha tôi có làm chuyện đó thì cũng chỉ vì để bảo vệ gia đình, chắc ông cũng hiểu được nỗi khổ của gia đình tôi. Chúng ta đều là nạn nhân của lính Nhựt."

Paul bắt đầu lớn giọng,

"Tôi có thể hiểu được chuyện đó, nhưng tôi chỉ xin ông ta cho tôi ở nhờ hai hôm, để tôi liên lạc với một đồng đội tìm đường qua Cambodge."

"Tôi thật sự xin lỗi."

"Bây giờ cô nói xin lỗi thì có nghĩa lý gì. Tụi Nhựt đã bắt và tra tấn tôi suốt hai ngày, sau đó còn biệt giam tôi cả tháng. Tôi nên biết trước là không thể nào tin vào bọn An-nam dối trá, đểu cáng được."

Mỹ Lệ thẳng tay tát mạnh vào mặt hắn và quát lớn,

"Mầy không thể xúc phạm tới dân tộc tao. Chuyện gì nếu đã xảy ra, cũng chỉ là giữa mầy với gia đình tao thôi."

Hắn giận đỏ mặt, trừng trừng nhìn Mỹ Lệ, gào lên:

"Được. Tao biết lũ An-nam tụi bây trọng sĩ diện lắm. Để tao cho mầy một bài học, coi ai là chủ nhân ở cái xứ man rợ này."

Hắn bóp cổ Mỹ Lệ đến ngất đi, trước khi cưỡng hiếp cô.

5. Người mẹ bất đắc dĩ

Dù Nhựt Hoàng đã tuyên bố đầu hàng vô điều kiện sau khi Mỹ thả hai quả bom nguyên tử thiêu hủy hai thành phố lớn Hiroshima và Nagasaki, nhưng không phải tất cả quân Nhựt đều rút ra khỏi Việt Nam. Một số vì tinh thần võ sĩ đạo tự mổ bụng theo truyền thống Harakiri. Số còn lại mang tinh thần quốc gia cực đoan, nghi ngờ mức khả tín của tin Nhật bại trận. Ngoài ra họ còn mang lý tưởng Đại Đông Á, chủ trương *'Châu Á thuộc người Á châu'* và đã rút sâu vào núi rừng Việt Nam trợ giúp các lực lượng kháng Pháp của người Việt.

Các lực lượng rải rác này tuy không đông nhưng xuất hiện cùng một lúc với nhiều thế lực võ trang khác nhau, đang ra mặt tranh giành ảnh hưởng để trám vào khoảng trống quyền lực mà chánh quyền Pháp và quân đội Nhựt để lại. Loạn lạc dấy lên khắp nơi, không những do xung đột giữa các bên thù nghịch, mà còn do các tranh chấp chết người xảy ra ngay trong nội bộ một số lực lượng võ trang. Tình hình rối rắm càng trở nên phức tạp. Không biết gió sẽ theo chiều nào mà che.

'Mẫu quốc' Pháp thì kiệt quệ vì hậu quả của thế chiến thứ hai. Guồng máy thuộc địa của Pháp ở Đông Dương gần như hoàn toàn sụp đổ sau giai đoạn bị quân đội Nhựt khống chế. Do đó Đồng Minh phải giao phó cho Ăng-lê nhiệm vụ ổn định tình hình Đông Dương, vì quân đội Anh có nhiều kinh nghiệm cai trị thuộc địa tại Á Châu, từ Ấn độ tới Mã Lai và Singapore tới Nam Dương. Thành thử trên bàn cờ thế sự lại có thêm con cờ Ăng-lê.

Tại quán cà-phê bên mé sông, ông quản Tư ngồi im lặng hơn mọi ngày, trầm ngâm nói lên nỗi lo chung của công chức, "Không biết Ăng-lê có dự tính thay Pháp luôn, và họ muốn làm gì ở đây nữa?"

Đội Cừ, một hung thần khét tiếng của bót Bãi Sậy, cũng phải ngán ngẩm than thân, "Ờ, mình tiếng Tây nói chưa xong, tiếng Anh lấy đâu ra để làm việc cho mấy xếp Ăng-lê.... Hay còn chết nữa, là nếu họ đem người của họ theo thay mình."

Thầy giáo Hai nửa đùa nửa thật an ủi hai ông lính làm việc cho Pháp, "Mấy ông an tâm đi, không hề hấn gì đâu. Trong lúc cấp bách dầu sôi lửa bỏng này họ mà thay mấy ông thì lấy đâu ra người giúp họ dẹp ba cái 'loạn sứ quân'."

Tuy nhiên Đội Cừ chưa an tâm, hỏi thầy giáo Hai, "Nghe nói tướng Soái cũng theo Pháp, phải không Thầy?"

"Ờ thì nghe nói ổng đã có thỏa thuận liên quân với đại tá Cluzet."

Tò mò, Đôi cừ hỏi coi kế hoạch phía quân đội thuộc giáo phái Cao Đài ra sao. Thầy giáo Hai thú thiệt, "Tôi cũng chỉ có thể đoán mò thôi. Chuyện của mấy ổng mình đâu biết được."

Thầy giáo Hai lắc đầu ngán ngẩm nghĩ tới việc mấy con sâu 'sứ quân' làm sầu nồi canh tôn giáo, để lại tai tiếng cho hai tôn giáo lớn ra đời ở miền Nam, xuất phát từ dân gian mang đậm bản sắc dân tộc, rất đáng được trân quý.

Ông quản Tư ngao ngán đạp xe ra về, trong lòng còn một mối lo riêng. Cô Nhàn con gái lớn của ông sắp sanh. Từ tối hôm qua bà quản đã nhắc chừng ông phải chuẩn bị sẵn sàng để lên xóm trên rước bà mụ Mười về đỡ đẻ cho con.

Bảy tháng sau khi Thanh trở về Sài Gòn với mẹ cô và người chị tật nguyền, cô đã phải đương đầu với nghịch cảnh éo le đánh dấu một ngã rẽ định mệnh trong cuộc đời cô.

Trời mưa tầm tã, từ chiều tới chạng vạng tối vẫn chưa dứt hột. Ngồi trong căn phố lính ở nhà ông quản Tư, bà mụ Mười chờ sốt ruột vẫn chưa thấy động tịnh gì. Chặp chặp bà quản Tư đoán theo sắc mặt của Nhàn lại kêu lên 'Chắc tới rồi bà Mười ơi', nhưng với kinh nghiệm làm mụ đỡ đẻ cho hầu hết trẻ con sanh ra trong vùng này và cả hai vùng lân cận bên kia sông từ bao nhiêu năm nay, bà biết vẫn còn sớm, và phải chờ ít nhứt cũng vài tiếng nữa Nhàn mới sanh. Bà mụ xin phép phải về nhà lo chút việc riêng.

Trước khi đi bà giải thích để trấn an mọi người trong nhà, là do Nhàn sanh con so nên hơi cực, vì cơ thể người đàn bà chưa quen, chứ mấy lần tới thì *'rặn ra cái rột chứ khó khăn gì.'*

Bà mụ đi chưa được bao lâu, bà quản đã hốt hoảng kêu lên *'Nó bị bể bịch nước rồi ông ơi'*. Ông quản Tư liếc nhìn đồng hồ quả lắc trên tường, thoáng lộ vẻ ưu tư, thầm nghĩ đã quá giữa đêm rồi. Dù trời đã tạnh mưa, nhưng ra đường giờ này thiệt nguy hiểm, dù là đi đâu, huống chi phải len lỏi vào xóm nhà bà mụ Mười ở phiá sau bót vào thời buổi loạn lạc này. Nhưng nghĩ tới tánh mạng con gái đang ở trong tay ông, ông quản Tư không chần chừ với lấy cái đèn *pin* mà ông đã chuẩn bị sẵn trên *'table de nuit'* (ông gọi cái bàn nhỏ kế bên giường ngủ), và theo thói quen với lấy khẩu súng lục giắt vào người trước khi bước vội ra cửa. Ông bương bả chạy đi rước mụ.

Thật thương tâm, lúc ông quản Tư trở về thì đã quá muộn. Bà mụ chỉ cứu được đứa con. Mạng của Nhàn không giữ được. Cô vĩnh viễn ra đi như một đứa con gái xấu số của ông bà quản Tư.

Ông quản Tư chọn tên Thảo cho đứa cháu gái mồ côi từ lúc chào đời, để nhớ lòng hiếu thảo của Nhàn đối với cha mẹ dù phải sống gần cả đời với bệnh tật. Còn 'dì' Thanh của bé, một cô gái đang ở tuổi mộng mơ, đã cảm thấy mang nặng trọng trách thay chị nuôi con.

6. Dông tố cuộc đời

Nước Anh và nước Pháp tuy là hai nước đồng minh, hai láng giềng cách nhau chỉ một eo biển, nhưng lại mang một quá khứ tranh chấp và xung đột dai dẳng, nên chánh phủ Anh đã không thực lòng hỗ trợ nước Pháp củng cố thuộc địa Việt Nam. Trong khi đồng minh Mỹ thì trên căn bản vì lý tưởng tự do, từng giành độc lập từ Anh Quốc, chẳng lẽ nào giờ đây lại giúp Pháp duy trì một thuộc địa ở Á Châu. Sau sáu tháng miễn cưỡng thi hành nhiệm vụ ổn định Đông Dương do Đồng Minh giao phó, quân đội Anh âm thầm rút khỏi Việt Nam.

Chánh quyền thuộc địa Pháp vội vã tái lập, như đứa con bị bỏ chợ phải tự tìm đường sống. Các quan chức Pháp lại giở đủ mánh khóe ma mãnh mà trước đó họ vẫn thường sử dụng, là tạo thế ly gián giữa các phe phái võ trang chống Pháp. Họ mượn tay nhóm này bài trừ nhóm nọ qua nhiều quỷ kế liên minh tạm bợ. Ngoài ra họ còn làm hậu thuẫn cho các nhóm giang hồ khai thác mấy sòng bạc, tiệm hút, và những nơi ăn chơi nổi tiếng khác như một hình thức kinh tài, bổ sung ngân sách nuôi quân.

Trong mấy tay trùm anh chị khét tiếng dĩ nhiên là có tên Năm Chảng, một 'Đại ca' cầm đầu nhóm đàn em hoạt động tại địa bàn chợ Bến Thành. Nội cái tướng mạo cao cả thước tám của Năm Chảng đã đủ khiến đàn em nể phục đôi phần, lại thêm cái cổ như bò mộng đội một cặp mắt trừng trừng bên trên, lúc nào cũng có vẻ sân si muốn phanh thây người đối diện. Nói như vậy không phải hắn là người không có đầu óc. Hắn là một kẻ lắm mưu nhiều chước.

Nguồn gốc hỗn danh '*Năm Chảng*' của hắn là một bằng chứng. Vốn hắn tên Hổ vì sanh năm Dần, con thứ năm của một gia đình nông dân nghèo khó. Năm hắn mười bảy tuổi, có một con trâu rừng to lớn thường xuyên xông vào làng phá phách mùa màng. Người dân bất lực, lập đàn cầu Trời khẩn Phật cho trâu một đi không trở lại, nhưng cũng không xong. Để tỏ lòng thành, tránh làm phật ý trâu, dân làng còn trịnh trọng gọi nó là '*Ông Chảng*'. '*Ông Chảng*' dù được trọng vọng như vậy, vẫn cứ tiếp tục hết lần này tới lần khác trở lại làng phá phách kiếm ăn.

Trong lúc dân làng đang hoang mang chưa biết làm gì hơn, thằng Hổ âm thầm nghĩ kế giết '*Ông Chảng*'. Nó mang rựa vô rừng chặt mây đem về, cuộn lại thành từng bó tròn cỡ cái thúng. Mấy hôm sau '*Ông Chảng*' quay lại, thằng Hổ mang bốn bó mây ra nghinh chiến. Mỗi lần '*Ông Chảng*' nhào tới húc, nó quăng một bó mây tới trước mặt cho trâu húc. Nếu húc trúng thì bó mây sẽ vướng cứng vào sừng trâu. Chỉ sau một lúc, bốn bó mây trùm kín hai sừng trâu, làm vô hiệu hóa võ khí lợi hại nhứt của '*Ông Chảng*'. Vậy là thằng Hổ xáp lại gần hơn, lấy phạng chém vào cổ trâu cho tới khi trâu chết mới thôi. Kỳ tích đó sau này đã theo nó đến chốn giang hồ làm đàn em thêm nể phục, nên đã ban cho nó cái tên '*Năm Chảng*'.

Hè Sài Gòn trời nắng gắt nhưng lại là mùa của Phượng Vĩ, những cánh hoa học trò thi nhau nở rộ từ sân trường đến hai bên đường phố. Tại bồn binh trước cửa chợ Bến Thành màu phượng đỏ chói chang mang thêm sinh khí cho một tụ điểm vốn đã tấp nập hằng ngày. Kế bên, khách vãng lai ra vào ga xe lửa Sài gòn-Mỹ Tho không khỏi cảm thấy vui lây.

Ba năm sau cái ngày giẫy mả định mệnh, bác Sáu trai ba của Mỹ Lệ qua đời sau một cơn bạo bịnh. Mỹ Lệ may mắn được người quen giới thiệu vào làm *lon-ton* (planton), chạy giấy trong văn phòng công ty Hỏa Xa Đông Dương. Sau sáu tháng làm việc, nhờ tánh tình vui vẻ, lanh lợi Mỹ Lệ được cất nhắc lên đứng bán vé xe lửa tại ga Sài Gòn cho tuyến đường Sài Gòn-Mỹ Tho.

Ở chốn xô bồ người đi kẻ đến Mỹ Lệ đã lọt vào mắt xanh của Năm Chảng. Hắn thường ngồi uống bia trước quán kem Kim Điệp đối diện ga xe lửa ở phía bên kia đường Lê Lai. Chỉ sau một lần nhìn thấy Mỹ Lệ trong bộ đồ đầm màu hường để lộ cặp đùi trắng ngần đang hấp tấp dẫn xe đạp qua đường đến sở làm, hắn đã bị tiếng sét ái tình vùi dập, hạ lịnh cho hai đệ tử lập tức điều tra thân thế của nàng.

Năm phút sau, sau khi một thằng đàn em trở lại báo cáo về nơi làm việc của Mỹ Lệ, Năm Chảng đã giáp mặt nàng trước quầy bán vé xe lửa. Gương mặt dài, đầy đặn, trắng như bông bưởi làm hắn sững sờ. Hắn hỏi mua một vé xe đi Mỹ Tho. Cô thản nhiên nhìn hắn và tiếp tục làm nhiệm vụ của một người bán vé. Hắn hơi bất mãn vì đã không bắt gặp một phản ứng rụt rè nể sợ mà hắn quen nhìn thấy ở người đối diện, đặc biệt là từ phái nữ.

Mỹ Lệ hỏi tiền vé, tên đàn em đứng phía sau móc túi trả tiền. Nàng nhận tiền, lấy vé, cho vào máy đục lỗ, và trao vé cho Năm Chảng. Hắn trợn mắt lên nhìn nàng, Mỹ Lệ nhướng mày hỏi, "Ông còn cần chi nữa."

Vẻ thản nhiên gần như ương ngạnh của Mỹ Lệ làm Năm Chảng bất chợt cảm thấy thích thú, hắn nhếch mép cười khẩy, và bắt đầu thay đổi chiến thuật.

"Tôi tới đây, dĩ nhiên là để mua vé xe, chứ không lẽ để dê cô sao?"

Lệ bật cười thành tiếng. Gương mặt thật hồn nhiên, lại toát lên vẻ thân thiện dễ gần gũi. Năm Chảng trở nên bối rối, nghĩ bụng mình đã gặp địch thủ thứ thiệt rồi. Tuy nhiên để vớt vát, hắn giả nghiêm ra lệnh:

"Bán cho tôi một vé đi Mỹ Tho."

"Tôi mới đưa ông một vé đó."

"Bây giờ tôi muốn mua thêm một vé nữa được không."

Lệ cúi xuống bàn thản nhiên lập lại thủ tục bán vé lần trước. Năm Chảng quan sát từng động tác của Mỹ Lệ, gật gù đắc ý với một *'chiến lợi phẩm'* mà hắn quyết định phải chiếm cho bằng được.

Cầm hai vé xe lửa trong tay hắn bâng quơ chào Mỹ Lệ, "Vài bữa gặp lại cô nghen." Bước được vài bước hắn đưa hai vé xe cho thằng đệ tử bán lại kiếm tiền cà-phê.

Qua ngày hôm sau, hắn đã biết được Mỹ Lệ đang sống với mẹ già và một đứa con trai lai Tây, ba tuổi. Năm Chảng bèn xúc tiến chiêu thức lập bà nhỏ mà hắn đã sử dụng ít nhất là hai lần trước đây. Bắt đầu hắn sai đàn em mỗi ngày đem đến biểu mẹ của Mỹ Lệ khi thì hai ký thịt heo, khi thì một con cá lóc, hay một con gà, một con vịt, đủ cho ba mẹ con có mấy bữa ăn thịnh soạn. Sau một tuần lễ hắn ra mặt, mang theo khay trầu cau, và ba hộp nữ trang, gồm một cái *lắc* tay cẩm thạch, một sợi dây chuyền vàng và một chiếc cà rá hột xoàn cỡ ba ly đến nhà gái hỏi cưới.

Chiêu cầu hôn áp đảo của Năm Chảng chưa bao giờ thất bại, nhưng lần này Mỹ Lệ có điều kiện đặt ra với hắn. Năm Chảng phải giúp nàng được tự tay giết chết tên thiếu úy người Pháp đã cưỡng bức nàng. Nàng từng theo dõi và biết Paul đã giải ngũ và đang làm đại diện cho hãng xe Peugeot có trụ sở nằm trên đường Norodom phía trước Thảo Cầm Viên. Năm Chảng thông thường rất ghét ai đặt điều kiện với hắn, tuy nhiên tiếng sét ái tình lần này đủ mạnh để buộc hắn phải phá lệ.

Chưa đầy một tuần trôi qua, tài xế vừa lái xe qua khỏi cầu chữ Y, Đực tên đệ tử thân tín của Năm Chảng ngồi ở băng trước rút khẩu súng *ru-lô* giắt bên hông ra, với về phía sau trao cho Mỹ Lệ. "Chị Năm ơi, anh Năm dặn em đưa cho chị nè", nó gọi Mỹ Lệ là chị Năm dù nàng chưa phải là vợ của đại ca nó. Mỹ Lệ nhìn khẩu súng trên tay Đực giương mày kinh ngạc. Mặc dầu nàng đã căn dặn Năm Chảng phải để tự tay mình giết *'thằng Tây khốn nạn'* đó, nhưng lần đầu đối mặt với võ khí giết người, nàng không khỏi thảng thốt, ngả người ra phía sau né tránh. Thằng Đực nhanh nhảu động viên, "Dễ lắm chị ơi. Chút nữa gặp nó, em lên đạn sẵn. Chị cứ nhắm vô đầu nó bóp cò, cạch một cái, nó chết không kịp ngáp. Chị cầm thử đi cho quen tay."

Mỹ Lệ do dự đỡ lấy khẩu súng, không ngờ nó nặng hơn nàng tưởng nhiều. Theo phản xạ, Mỹ Lệ bám chặt lấy khẩu súng. Một luồng khí lạnh xâm chiếm cơ thể nàng, mồ hôi toát đẫm bàn tay. Những nỗi sợ hãi từng ám ảnh Mỹ Lệ từ thuở ấu thơ, tưởng đã chôn vùi vào quên lãng, bỗng chốc tràn về như một cơn ác mộng giữa ban ngày. Tai Mỹ Lệ vang lên những tiếng kêu la thảm thiết của tù nhân bị tra tấn xuất phát từ cánh cửa sổ trên lầu hai của bót Xây-nho, đã hơn một lần vượt qua bức tường thành ngăn cách, để tìm tới tai đứa bé tên Mỹ Lệ sáu tuổi đang chơi trong vườn trẻ bên dưới.

Lần cuối cùng chị vú em dẫn Mỹ Lệ đến vườn chơi là lần vú phải chạy đến bụm hai tai Mỹ Lệ sau một tiếng nổ chát chúa bên kia bức tường vô tri. Nhưng vô ích, bàn tay nhỏ bé của vú làm sao che đậy hết chứng tích bạo tàn của thế gian. Nó đang tích lũy trong tâm khảm Mỹ Lệ, gặm nhấm tuổi thơ của nàng.

Mỹ Lệ dõi mắt ra xa bên ngoài khung cửa xe tìm về vùng ký ức cấm ky của bản thân. Vẫn còn đó nét mặt đăm chiêu của ba, ánh mắt lo âu của mẹ, những tiếng nói thì thầm, những nỗi sợ hãi cố che giấu hay giả vờ cho qua tại những bữa cơm sau khi nghe tin có người quen biết xa gần bị giết. Ai giết và tại sao giết chưa bao giờ là đề tài trao đổi, nó mãi mãi chỉ là những câu hỏi không lời đáp trong đầu trẻ con. Ngày qua ngày, người lớn tiếp tục hiểu ngầm, trẻ con tiếp tục thắc mắc.

Hình ảnh một thằng chỏng chợt ùa về trước mắt Mỹ Lệ. Nó được kéo lên để ngửa trên bãi cỏ, thân chương phình dưới lớp vải đen, mặt phù tím rịm, hai mắt sưng húp, nhắm kín, làm mồi cho đám ruồi chen chúc bu quanh. Trong đầu óc non nớt của trẻ thơ tất cả những điều khủng khiếp đó đều xuất phát từ thứ mà nàng đang cầm trên tay. Nó chính là hung thủ tra tấn, giết người, chôn sống, thả người trôi sông.... Nàng kinh tởm nó, muốn vất nó đi.

"Tới rồi chị," tiếng thằng Đực kéo nàng về thực tại. Xe dừng lại bên ngoài tường rào sở Ba Son, cơ xưởng đóng tàu và sửa chữa thuyền bè của Pháp gần khu thương cảng Sài Gòn ở bến Bạch Đằng, và cũng là cái nôi cách mạng kháng Pháp của đội ngũ công nhân Việt Nam. Đực dẫn Mỹ Lệ len lỏi qua khỏi xóm dãy nhà sàn của công nhân, đến kho vật liệu bỏ hoang ở phía sau. Bên trong trống rỗng ngoài mấy cột trụ xi măng chống đỡ trần nhà. Paul bị trói ngược vào trụ cuối ở sâu bên trong, đầu thả gục trước ngực, mắt nhắm nghiền, toàn thân như cái xác không hồn.

Thân hình cao lớn của hắn ngày nào giờ như miếng da thú nhày nhụa bị căng ra trên cột, đầy những vệt bầm tím rịm và những vết roi hằn máu đỏ xé ngang cắt dọc trên cái ngực trần của hắn. Hôm bắt được Paul, Năm

Chẳng muốn làm vui lòng người đẹp, đã ra lịnh cho đệ tử: '*đập nó một trận cho thấy mụ nội nó, nhưng đừng để nó chết.*' Giờ thì hình như hậu quả đã có tác dụng ngược, theo bản năng một người lương thiện Mỹ Lệ bỗng cảm thấy sót sa trong lòng. Tuy nhiên nhớ tới nỗi nhục nàng phải chịu dưới tay hắn, Mỹ Lệ thẳng tay chĩa súng vào Paul giận giữ gào thét (bằng tiếng Pháp): "Tại sao? Tại sao?"

Paul uể oải cố ngước mặt lên. Vừa nhướng mắt nhìn, hắn đã ngạc nhiên nhận ra Mỹ Lệ, vội lắp bắp đáp lời:

"Tôi rất hối hận, tôi thật tình xin lỗi cô."

Mỹ Lệ bật to đôi mắt nhìn hắn sửng sốt, bàng hoàng bắt gặp một khuôn mặt quá thân thuộc. Chiếc mũi thon cao và làn mi dài cong hướt lên, lúc nào cũng dường như mang lại một nụ cười cho cặp mắt hạt giẻ long lanh phía sau. Làm sao nàng có thể nhận lầm được, đó là khuôn mặt mà nàng đã nựng nịu, yêu thương, chìu chuộng ba năm nay. Đó là Sáng con của nàng. '*Cha con nó giống nhau đến vậy sao*', nàng thầm nhủ, dù cho ánh mắt Paul giờ đã mệt mỏi thất thần sau một ngày bị tra tấn. Lửa uất hận trong lòng Mỹ Lệ bỗng vô cớ bị dập tắt. Làm sao nàng có thể xuống tay giết chết một khuôn mặt từng là lẽ sống của nàng trong suốt mấy năm qua ... cho tới ngày hôm nay, và sẽ mãi mãi trong những ngày tháng còn lại.

Mỹ Lệ nhìn khẩu súng trong tay, trở nên bối rối, bâng quơ nói:

"Anh đã hủy hoại cuộc đời tôi, anh biết không."

"Tôi biết, tôi biết. Tôi đã có lỗi nhiều với cô. Cô muốn xử tôi thế nào cũng được. Tôi chỉ mong cô có thể tìm được một chỗ trong trái tim cô để tha thứ cho tôi."

"Quá muộn rồi. Ba tôi đã chết vì anh!" Mỹ Lệ lớn giọng đáp trả.

Cha cô hết sức đau buồn sau khi biết được Paul vì trách ông mà đổ hết tội lên đứa con gái duy nhứt của ông bà. Ông cảm thấy bất lực trước nhiều biến cố dồn dập trong đời nên đã tìm tới men rượu để giải sầu, và chẳng bao lâu sau sanh bịnh mà chết.

Paul thì thầm:

"Tôi thật ân hận nghe tin buồn của ba cô và nỗi mất mát lớn lao cho gia đình cô. Tôi ước tôi có thể làm được điều gì để xoa dịu phần nào nỗi đau của cô và gia đình cô."

"Chúng tôi không cần gì nơi ông ..."

Chưa dứt lời Mỹ Lệ đã ràn rụa trong nước mắt, buông rơi khẩu súng, quay đầu tránh ánh mắt của Paul, ôm mặt nức nở khóc. Paul thảng thốt, miệng mấp máy:

"Tôi xin lỗi ... tôi xin lỗi. Nếu là điều gì tôi nói đã làm cô đau lòng, xin cô thứ lỗi cho tôi."

Lòng Mỹ Lệ gào lên *'Anh có biết chúng ta đã có một đứa con không?'* nhưng lời không thoát ra được, nó nghẹn ở cổ Mỹ Lệ. Nàng vội xoay người bước đi, về hướng những tia nắng soi đường xuyên qua các khe hở trên thành cánh cửa sắt rỉ sét.

Đực đứng bên ngoài hút thuốc lá chờ đợi. Ngạc nhiên vì chưa nghe tiếng súng đã thấy Mỹ Lệ bước ra, Đực hỏi, "Ủa sao em hổng nghe gì hết vậy chị." Mỹ Lệ không trả lời, dõi mắt ra khỏi vòm bóng mát dỗ dành của cây me cổ thụ trước cửa kho, ngửa mặt tắm mình trong khoảng trời xanh bao la, rực rỡ nắng hồng bên trên. Đực hấp tấp chạy vào bên trong quan sát, và thất vọng trở ra với khẩu súng trên tay, "Chị để em dứt điểm nó nha chị?"

"Đừng" Mỹ Lệ chợt la lớn. Đực giật mình thắc mắc, "Sao vậy chị. Mình thả nó, chắc anh Năm giết em quá. Chị biết không ảnh chi địa dữ lắm mới bắt được nó đó." Càng nói Đực càng cảm thấy lo sẽ bị đại ca hắn trị tội vì làm hỏng việc được giao phó. Nó chẳng nói chẳng rằng xách súng đi ngược vào kho để giết Paul. Mỹ Lệ hốt hoảng chạy theo la lớn, "Đừng ... đừng ... đừng làm vậy."

Một chiếc xe Traction đen từ ngoài lao vào khu sở Ba Son thắng gấp, bánh xe rít trên mặt đường, trớn còn lại đẩy xe dạt vào lề đất, vấy lên đám bụi mịt mùng trước khi ngừng hẳn bên cạnh xe của Đực, đánh thức anh tài xế đang ngái ngủ trong xe. Cảm giác có biến động, Đực kéo vội Mỹ Lệ vào bên trong kho, đóng cửa lại, thủ súng trên tay chờ đợi. Tới khi nghe tiếng nói của Năm Chảng bên ngoài Đực mới thở phào nhẹ nhõm, lật đật hai tay xô cửa ra.

Một người Pháp trong bộ vết trắng ngả màu nhàu nát hối hả theo Năm Chảng tiến nhanh vào bên trong. Ông ta dáo dác nhìn quanh, miệng lắp bắp hỏi '*Paul đâu ... Paul đâu*' bằng tiếng Việt. Đực đưa họ vào sâu bên trong, vừa thấy Paul ông chạy đến ôm chầm lấy hắn, lẩm bẩm bên tai '*Cám ơn Chúa, mầy vẫn còn sống.*' Ông ta chính là Đại Úy Gauthier, Trưởng Phòng Tình báo '*Deuxième Bureau*' của Pháp với hỗn danh '*Phòng Nhì*', là một cơ quan đã gieo rắc bao nỗi sợ hãi trong dân gian và căm phẫn trong lòng những người kháng chiến chống Pháp. Paul sau khi giải ngũ đã bí mật làm việc cho Phòng Nhì, núp sau bình phong là nhân viên đại diện hãng xe Peugeot.

Năm Chảng ra dấu đàn em cởi trói cho Paul. Đại Úy Gauthier dìu Paul ra xe. Mỹ Lệ nhìn theo như vừa xem xong một đoạn phim trên màn ảnh. Không oán giận, không buồn phiền, chỉ có cảm giác được giải thoát. Mọi chuyện phải đến đã đến và đã qua đi. Nàng theo chân Năm Chảng bước lên xe. Trên đường về Mỹ Lệ nghĩ tới con, ước được ôm con vào lòng nói, '*Má vừa gặp ba con.*' Nàng bỗng mím chặt môi, cố cầm lại những giọt nước mắt chực tuôn trào, thầm nhủ, '*Nó còn nhỏ quá để biết những điều nó cần biết.*'

7. Viễn ảnh hạnh phúc

Buổi sáng Chúa Nhựt đẹp trời Mỹ Lệ chợt có ý nghĩ dẫn con vào thăm Thanh. Thanh đang ngồi duyệt sổ sách tiền lương công nhân trên bàn *'bureau'* thì Lý, cô giúp việc, chạy vào báo "Thưa cô Út, có Dì Lệ tới kiếm".

Gần đây có một người bạn khá giả của ông quản Tư rủ ông hùn vốn vào một công việc làm ăn. Họ thầu phá vách tường một kho gạo bỏ hoang để lấy xà bần bán. Chuyện quản lý nhân công thì hai *'ông già'* giao hết cho Thanh, theo lời người bạn của ông quản Tư.

Bất cứ lúc nào, dù bận chuyện gì, Thanh cũng rất vui gặp mặt Mỹ Lệ. Giữa bốn người bạn thân, có lẽ Mỹ Lệ là thân hơn cả. Không hẳn vì lần Mỹ Lệ gặp nạn trong chuyến giẫy mả đã khiến Thanh cảm thấy có lỗi đối với bạn. Từ nhỏ tánh *'chị hai'* của Mỹ Lệ, lúc nào cũng sẵn sàng ra tay bảo bọc bạn bè như em ruột mình, đã khiến Thanh cảm phục và quý mến bạn.

Mỹ Lệ và Thanh sung sướng nựng nịu hai đứa con của nhau một hồi, trước khi Thanh nhờ Lý đưa Sáng và Thảo ra chơi phía sau vườn, để hai chị em nàng được rảnh bên nhau tâm sự thỏa thích. Mỹ Lệ cũng rất vui mỗi khi gặp bạn, và hôm nay có ý định thổ lộ tâm tình cùng Thanh về chuyến gặp gỡ đầy sóng gió với Paul, vì nó đã để lại một nỗi đau trong lòng Mỹ Lệ tưởng chừng sâu đậm hơn lần trước. Tuy nhiên liếc qua chồng hồ sơ sổ sách chi thu trên bàn làm việc của Thanh với mấy tấm *reçu* (biên lai, biên nhận) lớn nhỏ, Mỹ Lệ biết mình đã đến không phải lúc. Nàng kiếm chuyện cười nói qua loa rồi cáo lui ra về.

Trước khi từ giã, Mỹ Lệ xin một chai thuốc sát trùng *Teinture d'iode*, lấy cớ Sáng độ rày khỉ khọt lắm cứ bị trầy sướt hoài. Thanh kêu một chiếc Taxi đưa hai má con Mỹ Lệ về. Mỹ Lệ vẫy tay chào bạn, miệng nhép *'Adieu'*. Thanh với tay vào bên trong xe vò tóc Sáng, miệng dục bé Thảo chào bạn.

Chiếc Taxi từ từ lăn bánh, Thanh vẫy tay theo. Nhìn gương mặt dàu dàu của Mỹ Lệ hôm nay Thanh cảm thấy bất an. Vừa bước được vài bước vào nhà Thanh chợt thắc mắc, "Con nhỏ này sao bữa nay trở chứng nói lời từ giã nghe như vĩnh biệt. Tại sao nó không nói '*Au revoir*', lời tạm biệt thông thường như mọi khi".

 Chiều lại cơm nước xong xuôi, như mọi bữa hai mẹ con Thanh ra ngồi hóng gió trên cái băng đá mài màu gạch đặt trước sân nhà. Lý ngồi kế bên, trên cái giá bằng xi-măng che đồng hồ nước phía dưới. Thanh ôm con vào lòng hỏi, "Mẹ này là mẹ của ai", Thảo trả lời "Mẹ này là mẹ của con." Thanh lại hỏi "Con này là con của ai"; Thảo đáp "Con này là con của mẹ." Mỗi ngày mẹ con thủ thỉ cho nhau nghe ba bốn lần một điệp khúc như vậy. Dường như Thanh cảm thấy cần lặp đi lặp lại những lời nhắc nhở về vai trò làm mẹ bất đắc dĩ của mình, để tự dặn dò bản thân phải ráng sống sao cho yên lòng người chị yêu quý dưới suối vàng đã giao phó bé Thảo cho mình.

Chặp sau, Thanh hỏi Thảo trưa nay đi chơi với Sáng có vui không. Thảo trả lời cộc lốc, "Không". Lý nghe vậy xen vào, "Dạ, chắc lạ chỗ hay sao đó, thấy thằng Sáng ít chạy giỡn như mấy đứa." Thanh chợt thắc mắc, trưa nay Mỹ Lệ nói lúc này Sáng "khỉ khọt" lắm mà. Càng nghĩ Thanh càng thấy băn khoăn, "Vậy nó xin mình chai thuốc sát trùng làm gì kìa?". Thanh buột miệng kêu lên, "Thôi chết", rồi giục Lý vào xóm trong kêu ông Tư tài xế taxi lấy xe đưa nàng đi gấp. Sau khi thu xếp cho Thảo ngủ đỡ với bà ngoại của cháu đêm nay, Thanh ra trước nhà chờ xe mà trong lòng ruột gan rối bời.

Những suy diễn tiêu cực, về lý do Mỹ Lệ đã hỏi xin lọ thuốc sát trùng sáng nay, cứ bám theo Thanh trong lúc nàng ngồi phía sau chiếc xe Taxi chạy đến nhà bạn. Xe vừa ngừng lại ở đầu hẻm, trời đã nhá nhem tối, nhưng Thanh vẫn hối hả đi như chạy tới trước nhà Mỹ Lệ, dồn dập gõ cửa. Thím Sáu, má của Mỹ Lệ, ra mở cửa. Thanh vừa bước chân vào nhà đã hỏi Mỹ Lệ đâu.

" Hai má con nó hổng biết làm giống gì mà bữa nay đi ngủ sớm," Thím Sáu trả lời.

Thanh càng cuống quýt, vừa gọi tên Mỹ Lệ vừa bương bả đi vào buồng trong. Mỹ Lệ đang ru con ngủ, nghe tiếng Thanh giục giã, lo lắng đáp, "Tui đây nè, có chuyện gì vậy?"

Thanh đến ngồi bên mép giường hỏi bạn, "Bà làm gì đó?"

"Tui đang cho con ngủ. Thấy bữa nay nó lần thần quá tui tính để nó ngủ sớm một chút," Mỹ Lệ giải thích.

"Bà nói thiệt tui nghe, bà lấy chai Teinture d'iode về chi vậy?" Thanh gạn hỏi.

Mỹ Lệ do dự, "Bộ bà biết tui đặt chuyện xin thuốc cho thằng Sáng hả?"

"Tui biết ngay mà. Bà cũng thiệt tình. Chuyện đâu còn có đó, cần gì thì nói với tui một tiếng." Thanh quở bạn.

"Bà nói gì vậy?" Mỹ Lệ nhăn mặt thắc mắc.

 "Thử nghĩ coi bà mà có mệnh hệ nào thì thằng Sáng, với thím Sáu nữa, sẽ sống ra sao đây." Thanh cố giải thích.

"Cái gì? Bà tưởng tui muốn lấy thuốc đó tự vận hả?" Mỹ Lệ nhào tới ôm chầm lấy Thanh, dòng nước mắt hạnh phúc tuôn trào. Mỹ Lệ cố nói qua nụ cười cảm kích, "Xin lỗi nha Thanh, làm cho bà phải lo. Ban đêm ban hôm, ba chưn bốn cẳng chạy tới đây cứu tui đó hả? Thương bà quá."

Mỹ Lệ ghì lấy Thanh, vuốt lưng bạn giải thích: "Bữa kia má tui làm cá bị đứt tay, mà chai thuốc ở nhà cũng gần hết, nên sẵn dịp có chuyện muốn thăm bà tui xin luôn một chai mới vậy mà."

"Bà cũng ác thiệt, tại sao không nói thuốc đó là cho thím Sáu," Thanh hỏi.

"Nói thiệt thì tui sợ làm bà buồn, vì gợi lại chuyện má lớn của bà đó. Cũng chỉ vì bị cắt ở ngón tay mà …" Mỹ Lệ bỏ lửng câu nói, tránh nhắc lại vết thương lòng của Thanh.

Tới phiên Thanh, đôi mắt trở nên đỏ hoe, ôm chầm lấy bạn, trách yêu, "Thân bà lo chưa xong, còn sợ tui buồn. Bà này cũng thiệt tình."

Từ buổi giẫy mả định mệnh tới nay Thanh luôn thấy áy náy trong lòng vì đã rủ Mỹ Lệ đi cùng và đã không bảo vệ dược nàng. Đến phiên Thanh ôm chặt vai Mỹ Lệ thủ thỉ, "Bữa đó đáng lẽ tụi tui không nên bỏ bà một mình với thằng quỷ đó."

Mỹ Lệ vội đáp, "Tới nay mà bà còn nghĩ về chuyện đó hả? Quên đi chị cả ơi. Chuyện đó đối với tui bây giờ đã là dĩ vãng rồi."

"Thiệt không vậy, bà hận nó lắm mà."

"Nghe tui nói nè, hồi sáng tui muốn gặp bà cũng để nói chuyện thằng quỷ đó chứ còn gì nữa."

"Vậy sao bà hổng nói?"

"Một phần vì thấy bà bận rộn quá, khách khứa vô ra hoài. Nhưng bà cũng biết tánh tui mà, giỏi tài để bụng chứ có bao giờ chịu nói ra đâu. Ở nhà thì muốn qua bển kể hết cho bà nghe, tới nơi thì do dự hổng biết nói gì. Nói chuyện mình hoài thấy vô duyên quá, nên lại thôi."

"Vậy bây giờ nói thiệt tui nghe. Bộ bà gặp nó hả?"

Mỹ Lệ dòm ra bộ ván phía trước coi mẹ mình đã ngủ chưa, rồi kề tai Thanh kể lại mọi tình tiết lúc gặp Paul. Nước mắt ràn rụa, Mỹ Lệ nhắc lại từ giây phút sửng sốt khi nhận ra các nét thân thương quen thuộc của Sáng trên gương mặt của ba nó, và nỗi ray rứt, tự trách nàng đã không tạo cơ hội cho con mình được gặp cha nó.

Thím Sáu đang nằm thiêm thiếp, nghe có tiếng gõ cửa bên ngoài, lẩm bẩm 'Ủa ai vậy kìa,' rồi uể oải ngồi dậy xỏ guốc đi ra mở cửa. Từ phòng ngoài thím Sáu kêu vọng vào, "Có Ông Tây nào tới kiếm nè tụi bây ơi." Mỹ Lệ giật mình, tự hỏi có thể nào đó là Paul không, nhưng nàng xua ngay ý nghĩ không tưởng đó. Thanh cảm nhận vẻ bối rối của bạn, bước vội ra cửa. Nếu Paul không nhanh nhảu xưng tên, Thanh không thể nhận ra anh vì bộ râu ria xồm xoàm mà Thanh thấy lần trước đã không còn. Thanh hấp tấp vào bên trong báo tin. Mỹ Lệ lên giọng giận dữ, "Bà ra đuổi nó đi dùm tui."

Qua mấy lần tâm tình, Thanh hiểu cái cứng cỏi mà Mỹ Lệ muốn phô bày thật ra là đang che giấu một nỗi đau dằng dặt trong lòng. Thanh ngồi xuống bên cạnh khuyên nhủ bạn, "Coi bà vậy nữa rồi kìa. Có gì thì nói. Nói ra được mới đỡ, chứ để trong lòng hoài thét cũng sanh bịnh nữa à."

Nghe lời trách móc nặng lòng khuyên nhủ và nhìn ánh mắt ân cần đôn đốc của bạn, Mỹ Lệ miễn cưỡng bước ra gặp Paul. Nàng sững sờ nhìn Paul với cử chỉ khiêm tốn thu mình trong chiếc chemise trắng tinh. Rõ ràng nét thơ ngây đáng thương của Sáng những khi làm lỗi đang hiện rõ trên khuôn mặt của chàng. Thêm dáng vẻ nhún nhường khẩn xin một sự tha thứ nơi Mỹ Lệ đã làm chao đảo lòng nàng. Mỹ Lệ lui vào bàn, thả người xuống ghế. Thanh cố tình mời Paul ngồi bên cạnh Mỹ Lệ, trước khi lui ra sau bếp lo pha trà, nhưng thím Sáu đã giành làm. Thanh từ giã ra về, thầm nghĩ, "để hai ông bà họ được riêng tư".

Mỹ Lệ lại hết mực cản ngăn Thanh, "Bà bỏ đi, một mình tui chết đó." Lời nói dù cố ý hay vô tình đã làm dấy lên mặc cảm có lỗi của Thanh đối với Mỹ Lệ, trong ý nghĩ đã bỏ rơi bạn một lần. Thanh do dự kéo ghế ngồi bên mép bàn.

Paul thoáng cảm thấy lúng túng trước sự hiện diện của kẻ thứ ba, nhưng thầm nhủ thà vậy còn hơn nếu Mỹ Lệ quyết định không tiếp anh. Anh nhìn Mỹ Lệ ngập ngừng nói, "Cám ơn cô đã tiếp tôi. Tôi biết dù nói thêm bao nhiêu lời xin lỗi cũng vô ích, nhưng tôi vẫn muốn nói. Xin cô chấp nhận cho."

Mỹ Lệ ngồi yên mắt dán xuống mặt bàn. Paul nói tiếp, "Thật ra từ hai năm qua sau khi về Sài Gòn tôi đã trở lại bót Xây-nho tìm cô, nhưng không ai biết gia đình cô đã dọn đi đâu. Thành ra, rất đáng tiếc, phải gặp lại cô trong hoàn cảnh này. Dầu sao tôi cũng cám ơn Năm Chảng đã kể lại mọi việc với tôi."

Paul ngập ngừng và thoáng đưa mắt về hướng Thanh. Thanh cảm thấy Paul muốn thố lộ tâm sự nhiều hơn, nhưng có thể cảm thấy bất tiện vì sự hiện diện của nàng. Phần Paul, thấy Mỹ Lệ dù không trả lời chàng, nhưng ít ra không giận dữ hay gào thét như lần gặp gỡ trước, Paul bèn bạo dạn nói thẳng lý do chàng đến tối nay:

"Cô có thể cho phép tôi gặp con tôi được không?"

Mỹ Lệ òa lên khóc. Nước mắt tuôn trào ướt đẫm hai lòng bàn tay đang che kín mặt. Lâu nay những mơ ước được nghe Sáng kêu một tiếng 'Ba', tưởng chừng vô vọng, bất ngờ đã có thể trở thành hiện thực, bằng xương bằng thịt ngay trước mặt nàng. Thanh lấy khăn tay trao cho Mỹ Lệ, một tay xoa lưng bạn vỗ về. Phản ứng bất ngờ của Mỹ Lệ khiến Paul lúng túng. Anh đứng lên định đến an ủi nàng, nhưng nhớ đến cái tát năm xưa anh chùn chân. Thanh dìu Mỹ Lệ đứng lên, nói nhỏ bên tai bạn:

"Thôi cho cha con nó gặp nhau đi, nha bà. Coi ổng ôm cái hộp kè kè kìa, chắc đồ chơi cho con đó. Tội nó nha bà."

Thấy bạn không chống đối, Thanh xoay qua mời Paul theo hai người vào buồng bên trong gặp Sáng. Vừa nhìn thấy bóng con đang ngủ trên giường, Paul chạy tới ôm chầm lấy con, hôn lấy hôn để, lên trán, lên mũi, lên má, lên tóc Sáng. Thanh lẻn ra phía sau nhà từ giã Thím Sáu. Lòng bỗng dưng cảm thấy nhẹ nhàng như vừa trút một gánh nặng canh cánh trong lòng mấy năm nay. Linh cảm người phụ nữ báo cho Thanh biết một viễn ảnh hạnh phúc tuyệt vời sẽ đến với bạn,

Thanh mỉm cười vu vơ, bước chân ra tới cửa nhà nàng chợt quay lại nhắn với Thím Sáu:

"Lát nữa nhờ thím nói lại với Mỹ Lệ là con gái của con lúc này khỉ khọt quá, bà ngoại nó coi chừng hổng xuể, nên con phải về cho nó ngủ.... Thím cứ nói vậy thì Mỹ Lệ hiểu hè!"

Thanh mỉm cười ra về, hài lòng với đòn gậy ông đập lưng ông của mình. Nếu trưa nay Mỹ Lệ đặt chuyện nói Sáng 'khỉ khọt', thì bây giờ Thanh cũng có quyền đặt chuyện Thảo khỉ khọt để rút êm. Thanh mong trong không gian riêng tư ấm cúng dưới một mái nhà, các tấm lòng chân thật có thể tìm đến với nhau dễ dàng hơn. Nàng âm thầm cầu nguyện cho bạn, cho con trai của bạn và cả Paul nữa tìm được niềm hạnh phúc trọn vẹn.

8. Cô y tá Thanh

Từ năm Thảo lên bốn, gia đình Thanh đã dọn ra khỏi phố La Cua để đến xóm Cây Lý, sống trong một căn nhà riêng mua lại từ người quen. Lý do chánh theo Thanh là bắt đầu chuẩn bị cho tương lai của bé Thảo. Thanh cảm thấy đã đến lúc phải hòa mình với cuộc sống của cư dân trong xóm để tìm cho bản thân một công ăn việc làm, khả dĩ có thể đảm bảo cuộc sống cho gia đình và lo cho bé Thảo được ăn học tới nơi tới chốn. Nếu chỉ trông cậy vào đồng lương công chức của cha cô thôi thì quá bấp bênh vì hoàn cảnh bất ổn của đất nước, và cũng vì lý do sức khỏe của ông quản Tư, ngày một sa sút.

Hiện tại Thảo đã lên tám, học lớp Ba với cô Mùi tại trường tiểu học Lý Thái Tổ, gần chợ Bãi Sậy. Trước ngày tựu trường cả tháng Thanh đã mua vải may ba bộ quần áo mới cho năm học mới của Thảo. Sau đó còn dẫn 'con' đến 'bazar' (sạp bán hàng) của một chị bạn ngoài chợ để mua tập vở, viết mực. Tới một cục gôm, một cây thước kẻ hàng cũng không thiếu. Ngoài ra còn có giấy kiếng để bao bìa tập, và giấy nhãn để ghi tên học sinh, lớp, trường và niên khóa.

Đêm nay, ba ngày trước ngày tựu trường, Thanh bày hết tập vở, giấy má lên bộ ngựa ở nhà trên, hướng dẫn Thảo bao bìa tập, bìa sách, còn phần cô ngồi ở bàn khách kế bên để viết nhãn. Cô cặm cụi o từng nét chữ *rông* (*lettre ronde*) viết tên con, tên trường. Trong nhà bao giờ Thanh cũng giữ một cây viết *rông* với một bình mực xanh dương và một bình mực đen. Mực xanh để viết thiệp cưới; mực đen thiệp phân ưu.

Sau khi hai mẹ con ai xong phần nấy, thì tới giai đoạn sắp xếp mọi thứ vào *cặp-táp* (*cartable*) cho ngăn nắp. Thanh có đặt ra một quy luật là trong cặp không được chứa bất cứ thứ đồ chơi nào, nhưng Thảo rất thích chơi với mấy mảnh giấy trắng tinh, mềm mịn tấn trong các hộp thuốc chích của Pháp mà Thanh thường dùng. Thảo biết mẹ mình coi việc học là trọng, nên để thuyết phục được mẹ mình cho đem mấy tờ giấy đó đến trường khoe với bạn, Thảo xin phép mẹ được mang theo làm giấy chặm mực, để giữ cho tập vở không bị lem. Mẹ cô làm sao không nhìn thấy tim đen của 'con' mình, nhưng chỉ mỉm cười, thầm mắng yêu "Té ra nó cũng ma-le (malin) không thua gì mình hồi nhỏ!"

Từ lúc Thanh đã có thể tạm yên tâm để Thảo đi học một mình, không cần phải đưa rước 'con' đến trường mỗi ngày như gần suốt hai năm trước, cô đã bắt đầu nghĩ tới việc thực hiện ước mơ kiếm cho mình một cái nghề phòng thân. Thực ra lo cho bản thân cô thì ít. Mối bận tâm chính của cô là lo cho cha mẹ lúc về già, và nhất là tương lai của bé Thảo, "làm thế nào cho con nó có đủ điều kiện ăn học tới nơi tới chốn với người ta."

May mà có một khóa học nữ điều dưỡng cấp tốc tổ chức ở nhà thương Chợ Rẫy, Thanh đã vội vã ghi danh. Đến nay thì 'cô y tá Thanh' đã tốt nghiệp và hành nghề tiêm thuốc dạo cho bà con trong vùng được mấy tháng.

Trong khoảng thời gian cô học nghề, tội nghiệp bé Thảo, vào mỗi đêm sau buổi cơm chiều, thường bị mang ra làm 'bịnh nhân' cho Thanh thực tập, nay băng bó ở bàn tay, mai ở khuỷu tay, bữa nọ lại quấn băng đầy đầu. Ít ra sau khi Thanh tốt nghiệp và hành nghề thì Thảo cũng nhận được một phần thưởng tương xứng, đó là được giữ mấy tờ giấy mềm mịn, trắng tươi, lót trong mấy hộp thuốc tây để chơi.

Cơm chiều xong Thanh đạp xe vào một ngõ hẻm phía sau nhà thăm người bịnh. Thường mỗi khi ra ngoài cô đều dắt Thảo theo để tránh 'người ta dòm ngó', nhưng đến nhà bệnh nhân tiêm thuốc thì cô không dẫn con theo, vì sợ gặp phải những trường hợp truyền nhiễm.

Hôm nay Thanh đến nhà Chú Tám thợ hồ. Sau nhiều năm làm lụng vất vả, chú Tám đã chắt mót được chút đỉnh để xây một căn nhà tường lợp tôn, nhưng từ ngày bệnh lao phổi của chú trở nặng, thì chú không còn đủ hơi thở để làm việc nặng nhọc. Từ đó gia đình lâm cảnh túng quẫn. Lúc trước nhờ có bà Hai, bà nội mấy đứa nhỏ, ở nhà coi cháu, vợ chú Tám còn có thể đi giúp việc nhà cho người ta kiếm thêm chút đỉnh tiền mua gạo. Không may mấy tháng trước bà Hai đột ngột qua đời, Thím Tám xoay qua làm nghề dán bịch đựng thực phẩm cho một tiệm tạp hóa. Từ trưa tới tối một mình thím Tám với ba đứa con xúm nhau dán bịch trên sàn đất trước sân nhà. Mỗi bịch kiếm được 2 cắc.

Từ sáng sớm thằng Sóc năm nay 12 tuổi, con trai lớn của chú thím Tám, đã đội một xấp bao xi-măng không trên đầu đem ra bờ sông giũ bụi. Thường nó phải đứng tới trưa dưới trời nắng chang chang, một tay giơ bao xi-măng lên cao, để lơ lững trước mặt, tay kia dùng gậy đập bình bịch lên bao. Bụi xi-măng bay tỏa ra từng chập như những đám khói mịt mù, chẳng bao lâu xi-măng đã phủ trắng tóc tai, mặt mũi và bộ ngực trần của nó. Đó là bụi bám bên ngoài, xong việc nó chỉ cần nhảy ùm xuống sông tắm là xong. Còn tai hại do chất xi-măng tích lũy mỗi ngày bên trong hai buồng phổi non của nó thì sao? Hình như không ai muốn biết, ngoại trừ Thanh, như cô thường chia sẻ nỗi lo trong lòng với Thảo.

Thanh vừa dừng xe trước cửa nhà chú Tám, đã nghe tiếng thím Tám,

"Dạ chào cô Út," cô Út mạnh giỏi.

"Thưa cô Út mới tới," mấy đứa con của thím Tám đang ngồi trên sân đất, bên xấp giấy bao xi-măng đã cắt sẵn để dán thành bịch, cũng đồng loạt lên tiếng.

Thím Tám sai con, "Sóc, đi rót nước mời cô Út đi con."

"Thôi được rồi thím Tám, tôi mới cơm nước xong xuôi trước khi tới đây." Thanh đặt nhẹ tay lên vai Sóc, ngăn không cho nó đứng lên.

"Lúc này chú Tám đỡ hơn phần nào không thím." Thanh nói như một lời cầu nguyện hơn là thăm hỏi, vì cô biết định mạng an bài thế nào cho bệnh nhân đã bước vào giai đoạn cuối của căn bệnh lao hiểm nghèo.

"Hổm rày tôi hổng dám ra mời cô Út. Tiền bạc kiếm được chút đỉnh còn chưa đủ ăn, có đâu lo thuốc thang cho ổng. Hổng lẽ cứ ra xin thuốc cô Út hoài, coi sao được. Làm phiền cô Út hoài ổng cũng ngại, bởi vậy ổng nói thôi số mình được tới đâu hay tới đó," Thím Tám giải thích.

"Chuyện bịnh hoạn ai muốn đâu mà chú thím ngại. Tôi ráng được tới đâu hay tới đó. Bữa nay tôi mới nhận được mấy hũ thuốc, nên đem tới chích cho chú nè," Thanh cố an ủi.

"Tui với nhà tui thiệt đội ơn cô Út quá. Thuốc men đã cho không, mà công cô Út cũng thí. Thiệt không biết lấy gì đền đáp cô Út," Thím Tám nói.

Thanh với xuống vò đầu Mận, con gái của thím Tám, cùng tuổi với Thảo nhưng vì hoàn cảnh không được đến trường, ngồi dán bịch bên cái tô mẻ đựng hồ. Trong ánh sáng lập lòe của ngọn đèn mù u để trên nền đất, Mận cầm miếng vỏ dừa khô chấm vào tô hồ rồi trét lên rìa của sấp giấy đã cắt sẵn từ bao xi-măng, trước khi anh nó dán lại thành bịch. Cánh tay khẳng khiu của nó lập đi lập lại các động tác thuần thục, nhàm chán, như vẽ lên trong bóng đêm một ngõ cụt ở cuối đường. Thanh thở dài ngao ngán, bước vào bên trong tiêm thuốc cho chú Tám.

Trên đường đạp xe về nhà lòng Thanh chùn xuống với một nỗi buồn man mác. Cô cảm thấy bất lực trước quá nhiều thảm cảnh của cuộc đời. Cô thương họ nhưng không đủ khả năng giúp đỡ hết mọi hoàn cảnh thương tâm xảy ra trước mắt.

Cô nghĩ, *échantillons* (mấy mẫu thuốc) của các tiệm thuốc Tây cho làm quảng cáo, mà các y tá khác có thể bán lại để kiếm tiền, thì cô đã dùng để tiêm thuốc thí cho bịnh nhân. Chưa kể vài trường hợp cô còn bỏ tiền túi ra mua thuốc chữa trị cho người bịnh, như trường hợp ông Năm '*làm đất*' xảy ra mấy tháng trước. Hai con mắt ông Năm bị nhiễm trùng đỏ chạch, mí mắt sưng húp, cô lo nếu cứ để vậy sớm muộn gì ông cũng bị mù, nên cô đã mua mấy hũ thuốc trụ sinh tiêm cho ông.

Thanh tự hỏi khả năng của cô có thể giúp được cho bao nhiêu Chú Tám, bao nhiêu ông Năm, nhứt là trong hoàn cảnh bấp bênh của gia đình cô hiện tại. Tình trạng sức khỏe ngày càng sa sút của ông quản Tư khiến Thanh lo canh cánh trong lòng. Nhiều lần cô tự hỏi nếu cha mình chợt rơi vào hoàn cảnh phải hưu trí non, hay tệ hơn là bị sa thải giữa chừng, thì lấy gì đảm bảo cho cuộc sống gia đình.

9. Không hẹn mà gặp

Hôm nay trong lúc gia đình ngồi ăn sáng Thanh để ý thấy ba mình có vẻ bồn chồn, chập chập liếc mắt ra hướng sàn rửa chén ở sân sau với vẻ lo âu ẩn hiện trong ánh mắt xa xăm dịu vợi. Thanh cảm thấy lo lắng về tâm trạng của cha. Muốn hỏi thăm cha nhưng không biết phải nói gì, lại lo sẽ làm cho cha giận, mà vốn là trong gia đình ngay cả lúc bình thường nhứt cũng ít trao đổi thổ lộ tình cảm với nhau.

 Thanh đi chợ về, chưa kịp tới bếp để giỏ đồ ăn xuống, ông quản Tư đã hấp tấp chặn lại bên hè dặn, "Con vô trổng kêu mấy đứa trong nhà đổ hết khạp nước nấu ăn đi."

"Sao vậy ba?" Thanh thắc mắc hỏi. "Đổ hết nước, lấy gì mình nấu cơm." Ông quản nói:

"Kêu con Lý múc nước mới bên hàng lu nước mưa qua xài," ông quản Tư nói.

"Bộ nước cũ bị dơ hả sao vậy ba?"

"Tối hôm qua ba thấy thằng Mạnh lẻn vô nhà mình đổ một chậu máu vô trong khạp nước."

Mạnh là người cảnh sát gác chợ thay thế ông quản Tư. Mấy lúc sau này bạn hàng rong gặp ông quản Tư ngồi uống cà-phê thường than phiền với ông là Mạnh vòi vĩnh tiền của họ. Ông quản Tư rất giận nên đã đến khuyên răn hắn. Hắn vẫn chứng nào tật nấy, không chịu sửa đổi, nên ông đã trình bày vụ việc lên thượng cấp.

"Ủa sao chú Mạnh làm gì kỳ vậy ba?"

"Ba có chuyện xích mích với nó ở trong bót. Nó sanh bụng tư thù, muốn vu oan giá họa gì cho mình đây."

Thanh vội chạy đến giở nắp lu ra xem, ngạc nhiên hỏi lại, "Con thấy nước còn trong veo mà ba."

- Tao biểu đổ thì đổ đi.

Thanh vói lấy cái lon nhôm treo kế bên, định múc lên miếng nước coi thử. Ông quản Tư giận dữ hét lớn, "Đừng đụng tới nó. Tránh ra. Bây không đổ để tao đổ."

Thấy ông bất thình lình hung hãn xấn tới, Thanh giơ tay can ngăn, "Thôi được rồi ba, để con kêu con Lý lên thay nước mới."

Ông quản Tư thẩn thờ bước qua hiên nhà, dưới hàng tràm, bên bờ ao, do dự một hồi lâu trước khi dắt chiếc xe đạp đang dựng bên hông nhà ra cửa ngõ. Uể oải ngồi lên yên xe, thất thểu đạp xe đi.

Vài ngày sau, vào một buổi sớm mơi chíu chít tiếng chim sẻ trốn qua đêm giữa những cành lá xum xuê trên hàng cây tràm do ông quản Tư trồng dọc bờ ao bên hông nhà từ khi gia đình mới dọn về đây, Thanh đứng bên giá thau nước đánh răng rửa mặt như mọi hôm. Trong khi vẫn chưa tươi tỉnh hẳn, cô đã cảm thấy lạ sao nãy giờ cha mình đứng gần đó cứ ngước mặt chăm chăm nhìn lên mấy ngọn tràm không nói không rằng.

Thanh với tay lấy khăn lau mặt đặt trên giá thau, và hỏi ông quản Tư, "Ba đang làm gì đó?"

Ông quản Tư im lặng, lần bước đến bên Thanh mắt vẫn không rời mấy ngọn tràm, thì thầm, "Con kêu thằng Bảy tới đốn hàng tràm đi."

Thanh nhíu mày lo âu về thái độ thất thường của cha mình mấy lúc gần đây. Hàng tràm này do chính tay ông trồng, ông chăm sóc, và ông chờ đợi từng ngày cho chúng lớn lên tỏa bóng mát dọc bên hè.

Nhà ít khi dùng cửa trước, từ người trong gia đình đến khách khứa hàng ngày đều núp dưới bóng hàng tràm mà đi thẳng từ ngoài ngõ đến bên cửa hồng. Mỗi ngày ông quản còn đặt ghế bố nằm bên hè đọc báo, ngâm thơ. Người đi lại trước ngõ nếu chịu khó học chắc cũng phải thuộc làu Cung Oán Ngâm Khúc hay Chinh Phụ Ngâm mà ông đã lớn tiếng ngâm nga mỗi ngày hai ba cữ. Không ngâm thơ thì ông cũng đánh cờ. Bàn cờ đặt trên cái bàn nhỏ giữa hai cây tràm, lúc nào cũng thấy mấy quân cờ bằng sừng trâu đen nhánh được bài binh bố trận.

Hàng tràm đó đã là một phần thế giới của ông mỗi ngày, vậy mà sao ông có thể một sớm một chiều muốn đốn nó xuống. Đó là chưa kể mỗi chiều ông chờ đàn chim sẻ kéo nhau về tổ, để vui với tiếng chim ríu rít trên cành. Trong nhà nhiều người thật ra không thích bị chim đánh thức sớm quá vào mỗi sáng, riêng ông đó lại là một thú vui khác, vì ông thức sớm hơn và có ý chờ đợi tiếng chim rộn rã buổi sáng. Càng nghĩ Thanh càng thắc mắc không hiểu tại sao cha mình lại muốn đốn bỏ hàng tràm.

Ông quản Tư sau khi đi uống cà-phê về lại hỏi, "Sao con chưa cho đốn hàng tràm đi."

Tìm cách khéo léo can ngăn cha, Thanh dò hỏi thêm, "Con tưởng trưa trưa ba thích đem ghế bố ra ngồi dưới hàng tràm đọc báo?"

"Từ rày ba ngồi ở hành lang đằng trước nhà được rồi. Nó yên tĩnh hơn."

"Ba nói gì vậy, hồi nào giờ ba đâu có thích ngồi ngay cửa trước có nhiều người qua lại. Ở bên hè vắng vẻ yên tĩnh hơn. Ngoài ra còn có chỗ mát cho ba ngồi đánh cờ."

Ông quản không trả lời, cúi đầu buồn bã, lơ đễnh hướng mặt lên đỉnh mấy ngọn tràm, ánh mắt xa xôi dịu vợi gởi tới tận chốn nào, rồi ông lặng lẽ bước vào bên trong nhà. Sáng hôm sau, trong lúc Thanh đang đánh răng ông lại đến kế bên thì thầm, "Bữa nay nhứt định phải đốn hàng tràm đó."

"Con tưởng ba đã đổi ý rồi."

"Tối hôm qua ba rình thấy tụi nó kéo về nữa."

"Ba nói ai vậy?"

"Mấy đứa bị công an giết đó. Tụi nó kéo về tụ năm tụ ba, xù xì cả đêm. Mưu tính trả thù."

"Ba thấy họ ở đâu?"

"Tụi nó trốn trên mấy nhánh tràm."

Lòng chùn đi, Thanh trả lời cho có, "Mấy nhánh tràm nhỏ xíu, ai đâu mà tụ năm tụ ba ở trển được ba... "

Một nỗi buồn xâm chiếm trọn hồn Thanh, cô đã không còn nghi ngờ gì, tâm thần của ba cô đã sa sút tệ hại. Không thể chần chờ được nữa, cô phải tìm cách chữa chạy cho cha. Nhưng ... làm thế nào thuyết phục một người đã không còn phân biệt được giữa hư và thực là họ đang sống trong một thế giới không thực. Và phải đối phó ra sao với tai tiếng gắn liền với căn bệnh thần kinh trong xã hội. Bao nhiêu câu hỏi về những trở ngại tiềm tàng kéo đến bủa vây Thanh. Cô mệt mỏi thả người xuống chiếc ghế bên cạnh bàn ăn.

Bà quản Tư vừa đi chợ về, chưa kịp đặt giỏ xuống bé Thảo đã quấn quít một bên, hỏi hôm nay bà ngoại có mua bánh tằm cho cháu ăn không. Thanh lan man lo nghĩ, không biết hoàn cảnh gia đình sẽ ra sao nếu cha mình bất ngờ bị sa thải. Ông là một công chức, thường thì về già có thể trông cậy vào tiền pension và rappel (các khoảng tiền hưu trí và truy lĩnh phụ cấp) cũng tạm đủ duy trì một cuộc sống ổn định. Còn nếu bị đuổi việc hay cho hưu trí non thì sao?

Thanh đang hoang mang bởi những ám ảnh tiêu cực, thì chị Ba, người dọn mùng, cuốn chiếu trên ván của ông quản Tư mỗi sáng, hớt ha hớt hãi chạy tới nói nhỏ vào tai cô, "Cô Út ơi, dưới gối của ông Tư sao có cái dao mác thấy ghê."

Sắc mặt Thanh tái nhợt. Tình huống càng lúc càng trở nên nguy kịch hơn cô tưởng. Thanh bắt đầu lo lắng cho sự an nguy của người thân trong gia đình, cô nhỏ giọng dặn dò chị Ba, "Từ rày về sau, mỗi đêm trước khi đi ngủ chị nhớ giấu hết mấy con dao trong bếp đi."

"Giấu đâu bây giờ cô Út."

"Mỗi tối sau khi rửa chén xong, chị gom mấy con dao lại để trong rổ, đem giấu dưới gầm giường của chị. Sáng bữa sau lấy ra xài."

Sau khi chị Ba đi rồi, Thanh tìm gặp cha dò xét, "Sáng nay chị Ba thấy có cái mác ai để trên ván của ba. Bộ ba vót cần câu hôm qua rồi bỏ quên đó hả ba?"

Ông quản Tư chìm sâu sau ánh mắt xa vời, lơ đễnh thì thầm như nói với chính mình, "Tối nay tụi bây trở lại tao chém chết bỏ."

'Ai vậy ba,' Thanh ngập ngừng hỏi nhưng trong lòng đã biết câu trả lời. Họ chỉ là những kẻ thù trong tâm trí bấn loạn của cha cô hiện nay. Ông ngoảnh mặt bước đi như không nghe câu hỏi, hay không muốn trả lời.

Suốt đêm Thanh thao thức tìm phương án chạy chữa cho cha. Ở xóm Cây Lý gia đình cô mới dọn đến chưa quen biết ai nhiều, Thanh phải nghĩ tới các bác, các chú bạn của cha mình ngày trước, nhưng tiếc là từ ngày dọn tới nơi hẻo lánh này ít có dịp gặp lại ai. Còn đồng nghiệp của ba nàng ở đây thì có người tốt, kẻ xấu, biết nhờ cậy ai. Sau cùng Thanh quyết định, để giữ tuyệt đối bí mật chuyện này đối với nhân viên ở bót Bãi Sậy, cô phải tìm đến nhờ những người bạn trước của ông quản Tư ở bót Xây-nho.

Thanh nghĩ ngay tới Mỹ Lệ. Sau khi bác Sáu trai ba nàng qua đời, mẹ con nàng phải dọn ra khỏi căn phố lính, nhưng gia đình mua được một căn nhà nhỏ trong hẻm ngay phía sau bót để ở, nên Mỹ Lệ vẫn còn liên lạc với vài người quen biết cũ. Sáng sớm ngày hôm sau lấy cớ đi thăm Mỹ Lệ, Thanh đạp xe suốt gần sáu cây số dưới ánh nắng thiêu đốt của mặt trời để đến nhà bạn.

Sau khi nghe Thanh thố lộ hết sự tình, Mỹ Lệ trầm ngâm một lúc nghĩ cách giúp bạn. Chợt lên tiếng hỏi, "Bồ còn nhớ chú năm Hoan với chú tư Cổn không?"

"Mình nhớ. Hai chú trẻ trẻ thỉnh thoảng nhậu chung với ba tụi mình đó mà."

"Ừ, tại vì hai ổng là bạn bè với ba tụi mình nên mình kêu bằng chú, chứ đâu lớn hơn mình bao nhiêu. Họ học xong Brevet (bằng Trung Học Đệ Nhứt Cấp) là đi làm rồi."

"Trên mình có bốn lớp.... Mà sao bồ nhắc tới họ"

"Mình nghe nói họ được thăng quan tiến chức nhanh lắm nhờ được người Pháp đào tạo có bài bản, chứ không phải như thế hệ của ba tụi mình nói tiếng tây bồi không. Hai chú bây giờ làm việc ở bót Central (Tổng Nha Cảnh Sát). Chú Năm hình như là trưởng phòng nhân viên, còn chú Tư mình không rõ, hình như ổng làm gì với mật thám Pháp. Không biết họ có thể giúp gì mình."

"Cám ơn bồ, ít ra họ cũng là chỗ quen biết. Để mình coi."

Thanh từ giã Mỹ Lệ nhưng vẫn còn hoang mang chưa có kế hoạch gì cụ thể. Hai người chú này đâu phải là bạn bè thân thiết gì để nhờ họ đến tâm sự khuyên giải ba mình đi chạy chữa. Nhưng vì tránh không muốn cho người ở bót Bãi Sậy biết, sợ tai tiếng ảnh hưởng tới việc làm ở nhiệm sở của cha. Thanh nghĩ nên gặp chú năm Hoan trước vì bề nào chú cũng làm ở phòng nhân viên chắc có cách giúp. Còn chú tư Cổn làm ở sở mật thám, thì dù Thanh là con lính nghe tới cũng nổi da gà. Ngày hôm sau Thanh có ý đi tìm chú năm Hoan, nhưng hôm đó chú bận đi công tác xa. Thanh đành phải ghé qua tìm chú Tư Cổn.

Thanh khép nép bên ngoài cửa văn phòng mở lời chào:

"Thưa chú Tư, con là con của ông quản Tư ở bót Xây-nho hồi trước."

Tư Cổn sau một thoáng nhíu mày gợi nhớ đã nhận ra Thanh. Anh đã để ý tới 'cháu Thanh' từ lúc trước, nên lật đật nắm bắt cơ hội.

"Em Thanh đó phải không. Trời ơi kêu anh bằng anh được rồi."

Tư Cổn đến choàng tay ngang vai Thanh, dìu cô vào ghế dành cho khách rồi kéo ghế mình đến ngồi đối diện Thanh, nhe răng cười hè hè hỏi, "Em đến thăm anh hả?"

"Dạ cháu có dịp trở về bót Xây-nho thăm Mỹ Lệ con bác quản Sáu hồi trước, nghe Lệ nói chú làm việc ở đây."

"Chú gì chứ, kêu bằng anh đi nha cưng."

Từ lúc bước vào Thanh đã phải chịu đựng cái suồng sả choàng vai của Tư Cồn, giờ đến lời lẽ khiếm nhã. Thái độ và các lời lẽ xúc phạm tới tự ái của nàng làm nàng giận giữ, nhưng cố phải giữ bình tĩnh vì muốn cứu cha. Đang do dự không biết nên nhờ hắn hay không. Linh cảm cho nàng biết hạng người như thế này chỉ biết lợi dụng người khác, chứ có thể giúp được gì ai. Ngoài ra nghĩ tới việc hắn đang làm việc với mật thám pháp, mà nàng còn thấy trên bàn hắn chức vụ là Phụ tá Chánh sở Mật thám Pháp. Nàng đã linh tính biết hạng người này mình cần phải lánh xa, càng xa càng tốt. Thanh nghĩ không thể nói chuyện của ba mình cho hắn biết được, '*bọn này thấy thế yếu nó càng bắt chẹt thêm.*' Cô vội nói tránh:

"Dạ ba cháu sắp tới tuổi hưu trí, nên muốn hỏi thăm chú Năm Hoan về mấy chuyện lương hưu đó mà. Bữa nay chú Năm đi công tác, không gặp được nên sẵn dịp cháu ghé qua thăm chú."

Tư Cồn thình lình để tay lên đùi Thanh

"Vậy hay quá, để anh đưa em ra Brodard ăn kem rồi mình nói chuyện."

Thanh thót người đứng vụt dậy, vừa bước ra hướng cửa vừa nén nỗi phẫn uất trong lòng để có thể điềm đạm nhưng nhanh nhảu trả lời, '*Cám ơn chú, cháu phải về liền, ba cháu đang đợi ở nhà.*' Tư Cồn bất ngờ trước thái độ quyết liệt của Thanh, chưa kịp giở chiêu thức mới thì Thanh đã ra tới cửa. Hắn nhìn theo tiếc rẽ. Theo bản năng hắn thoáng định ra tay dùng bạo lực, nhưng nghĩ đến Năm Hoan và ba Thanh cũng chỗ quen biết nhau, nên đã không động thủ, mà đành tiếc nuối ngồi nhìn con mồi vuột đi.

Trên đường đạp xe về nhà, Thanh tự trách phận gái không biết giữ thân, ghì đầu xuống mặt đường cố phóng xe thiệt nhanh như đôi chân nhỏ của cô cho phép cho hả giận. Trời đất cũng đồng tình trút xuống một cơn mưa như thác đổ. Thanh càng liều mình thách thức với thiên nhiên. Chỉ có cái nón lá đội trên đầu nên mình mẩy ướt đẫm. Thanh cứ đạp xe như điên như dại, bương trong gió băng trong mưa. Tiến nhanh vào ngã tư đường cùng lúc với một chiếc xe Peugeot trắng. May gặp phải tài xế cẩn thận, cho xe lăn bánh từ từ, nên lạng tránh được, không tông trực diện vào người Thanh, nhưng cũng hớt nhẹ vè sau của xe đạp, hất Thanh xuống đường, chân tay trầy sướt.

Trường, một cậu chủ trẻ tuổi ngồi phía sau xe, vội chạy đến định đỡ Thanh dậy, bất ngờ gặp phải phản ứng mãnh liệt của cô. Trường vừa quỳ xuống sau lưng Thanh, cô thét lên 'tránh ra' và vung tay hất Trường ngả xuống mặt đường. Bộ *com-lê* trắng tươi đã ướt sũng nước mưa giờ lại lem luốc bùn đất. Trường chỉ ngạc nhiên không giận dữ vì đã bị thu hút bởi vẻ mặt sáng ngời với ánh mắt dù đang lúc giận dữ nhưng biểu lộ tánh quả cảm và quyết đoán hơn là hung hăng hay thù hận.

Trường cố ân cần hỏi han, nhưng với thái độ dè dặt hơn:

"Xin cô cho phép tôi được đưa cô đến bệnh viện."

Thanh gượng đứng lên nhưng cảm giác đau buốt nhói lên ở gối làm nàng ngã quỵ xuống trong vòng tay chờ đợi của Trường. Trường dìu Thanh vào ngồi ở băng sau xe, kêu chú Năm tài xế đưa Thanh đến Grall, một bệnh viện cao cấp dành cho người Pháp hay những người Việt có quốc tịch Pháp trước đây.

Giọng nói ấm áp và thái độ ân cần chăm sóc của Trường khiến Thanh cảm thấy an toàn hơn. "Còn xe đạp của tôi," Thanh nhắc.

"Cô đừng lo, xe đạp để trong cốp sau, lát nữa chú Năm sẽ đem đi sửa luôn."

"Cám ơn anh," Thanh thoa tay lên gối áy náy nói, "Xin lỗi đã vô phép với anh lúc nãy." Nghe Thanh bỗng dịu giọng, lại gọi mình bằng 'anh', Trường mỉm cười nói:

"Tôi tên Trường, xin lỗi có thể biết quý danh cô?"

"Dạ tôi tên Thanh."

Một khoảng yên lặng. Mỗi người theo đuổi một ý nghĩ. Thanh bắt đầu cảm thấy ngượng ngùng ngồi chung xe với một người đàn ông xa lạ. Một sự so sánh giữa Trường và 'chú Tư Cồn' bất chợt đến với nàng. Một bên đã tạo cho Thanh sự cảnh giác ngay từ lúc mới nói tiếng chào hỏi, còn một bên có khả năng tước hết bản năng phòng thủ của Thanh.

Trường phá vỡ sự im lặng, bày tỏ hối tiếc về tại nạn đã xảy ra, "Xin lỗi cô, hồi nãy bác Năm đã ráng hết sức mà không tránh được, để cô phải chịu cảnh này."

"Dạ cũng lỗi ở tôi cứ cắm đầu cắm cổ chạy, tới ngã tư hồi nào không hay."

"Miễn cô được an toàn là tốt rồi. Cô đã cảm thấy đỡ hơn chưa."

Thanh xoa tay trên gối bị thương, cố duỗi chân ra vào, rồi gật đầu nói, "Đầu gối đã không còn bị đau nữa. Hay là anh làm ơn sửa giùm chiếc xe đạp thôi, tôi có thể đạp xe về nhà."

Trường khuyên Thanh nên ít ra cũng để y tá chăm sóc mấy vết trầy sướt trên hai bàn tay Thanh để tránh bị nhiễm trùng. Dù Thanh thường bị ám ảnh bởi rủi ro làm người mẹ ruột bị nhiễm trùng Tétanos (gây bệnh phong đòn gánh) mà qua đời, nhưng nỗi bận tâm hơn đối với nàng là lo nếu bản thân mình có mệnh hệ nào thì không còn ai chăm sóc cha mẹ già và đứa con của người chị tật nguyền.

Thanh do dự gật đầu đồng ý theo Trường đến bệnh viện. Nàng thì thầm lo lắng:

"Mong bác sĩ sẽ khám nhanh, sợ về trễ ba tôi trông."

Trường muốn Thanh an tâm, "Tôi sẽ đưa cô về. Nhà cô ở vùng nào?"

"Dạ, gần bót Bãi Sậy, nhưng không dám làm phiền anh đâu."

"Chà, xa quá vậy mà cô đạp xe tới đây à? Cô đừng ngại, tôi cũng muốn đến vùng cô ở cho biết.

"Ở đó là vùng ven đô, nửa quê nửa thành. Đâu có gì để coi."

"Nói thật với cô, tôi đã xa quê hương suốt sáu năm và mới trở về mấy tuần trước. Khi xa nhà mình thấy nhớ nhà lắm, về đến nơi cứ như ngồi không yên, muốn đi đây đi đó thăm lại mấy chỗ cũ mà mình biết hồi trước. Còn những chỗ mới như Quận Bãi Sậy thật ra hồi xưa tôi cũng chưa có dịp đến, bây giờ muốn đến cho biết."

"Chắc anh đi du học về, vậy anh là kỹ sư hay bác sĩ?"

"Đúng là tôi đã qua Pháp học, nhưng tại sao cô đoán nghề nghiệp của tôi phải như vậy."

"Dạ, tôi nghe những người giàu có gởi con qua Pháp du học đều mong con mình được trở thành kỹ sư hay bác sĩ. Dĩ nhiên cũng có người sau khi xa nhà trở nên bê tha, bỏ dở chuyện học hành rồi rước một bà đầm về nước."

"Sao cô không nghĩ tôi thuộc thành phần thứ ba đó."

Thanh ngượng ngùng nhìn qua bên kia cửa kiếng. Những giọt mưa đã thưa hột. Trường định tránh không đi xa hơn nữa vào đời tư của mình, vì hiện tại chàng vẫn chưa biết tương lai rồi sẽ ra sao, nhưng cảm thấy thú vị về nhận xét của Thanh, Trường bâng quơ nói:

"Ngoài ra còn một thành phần thứ tư không nghe cô nhắc đến."

Thanh nói: "Tôi chỉ vui miệng đưa ra nhận xét chung chung vậy thôi, chứ làm gì biết rõ có thành phần nọ, thành phần kia."

"Hồi ở bên Pháp tôi quen một anh bạn lớn hơn vài lớp, đã tốt nghiệp kỹ sư. Sau khi tôi về nước đã đi thăm anh ta, và ... cô biết ảnh đang làm gì không."

"Chắc làm việc cho chánh phủ hay đang dạy học phải không anh."

Trường lại gật gù thích thú câu trả lời của Thanh.

"Cô biết không, cô bao giờ cũng có những nhận xét thiệt độc đáo, hay ít ra cũng đáng cho người ta suy ngẫm."

"Anh chê tôi quê mùa thì nói đi, chứ tôi thì biết gì về chuyện của mấy anh."

"Không, tôi nói thật tình đó. Nhận xét của cô cho thấy, người mình có học tới đâu rồi cũng chỉ ra làm quan hay làm thầy. Đời xưa học hành chỉ mong đỗ đạt để được làm quan, không được làm quan thì khăn gói về vườn làm mấy ông thầy đồ cũng được xã hội trọng vọng. Đời nay cũng vậy thôi. Sinh viên đi du học lấy một mảnh bằng về, bất chấp thuộc ngành nghề nào, chỉ ngắm nghía mấy cái ghế thứ trưởng hay trưởng phòng trong chánh phủ, bằng không thì vào con đường dạy học làm giáo sư cũng vinh quang. Cứ tớp trước dạy tớp sau, thế hệ trước dạy thế hệ sau, ít có cơ hội áp dụng những kiến thức hay kỹ năng chuyên môn vào các ngành nghề thực tiễn giúp phát triển xứ sở."

"Vậy bạn của anh đang làm quan hay đang dạy học."

"Anh ta ở nhà phụ gia đình cai quản mấy vựa than, vựa gạo. Phải chịu tiếng đời mai mỉa, gọi ảnh là '*Kỹ sư bán than.*'"

"Uổng công ăn học quá phải không anh."

"Cũng đúng, vì anh ta đã không áp dụng được sở học của mình. Nhưng cũng có thể anh ta đang làm một điều cần thiết cho xã hội này. Đó là góp sức '*chấn hưng công-thương-nghiệp*' theo lời kêu gọi của phong trào Duy Tân."

"Chuyện đất nước lớn lao quá, tôi lo chuyện nhà còn chưa xong. Nhưng anh khiến tôi tò mò, muốn biết anh đã chọn con đường nào?"

"Hiện tại tôi không thuộc thành phần nào cô đã nhắc đến, và cũng chưa biết trong tương lai sẽ như thế nào."

Trường ngập ngừng không muốn tiết lộ quá nhiều về đời tư, nhưng lại tiếp:

"Tôi học kỹ sư và đã ra trường, nhưng không dám tự xưng là một kỹ sư, tại vì tôi chưa hành nghề bao giờ, ngoại trừ làm tập sự mấy tháng tại một xưởng chế biến máy bôm nước của Pháp."

"Anh khiêm tốn quá. Tôi biết một người bạn của anh Hai tôi thuộc trường hợp thứ ba, rước về một cô vợ đầm và tự xưng là kỹ sư, nhưng theo lời đồng nghiệp thì anh ta chỉ tốt nghiệp cán sự."

Trường mỉm cười, nghĩ về hoàn cảnh con người và đất nước nơi mà ánh sáng văn minh khoa học và kỹ thuật chưa soi sáng tới mọi ngõ ngách. Anh đã tốt nghiệp Kỹ sư Canh Nông nhưng không đồng ý để cha anh sắp đặt vào một chân Tổng Giám Đốc tại Bộ Kinh Tế qua chỗ quen biết của ông. Anh đã chọn ngành canh nông vì lý tưởng phục vụ xứ sở, không phải để duy trì chế độ quan lại.

Từ thời trẻ anh đã cảm kích quan điểm cách mạng của chí sĩ Phan Châu Trinh, dựa phần nào trên quan sát của ông về những đóng góp của thương gia Nhựt trong công cuộc xây dựng đất nước của họ. Người đã đề xướng phong trào Duy tân, chủ trương canh tân xứ sở theo hướng '*khai dân trí, chấn dân khí, hậu dân sinh*'. Định hướng sau cùng theo anh hiểu là trong hoàn cảnh nước nhà cần chú tâm phát triển kinh doanh để đem lại cơm no áo ấm cho dân.

"May quá, mình đến nơi thì mưa cũng vừa tạnh." Giọng Thanh kéo Trường về thực tại.

Xe đậu dưới hàng me, Trường dìu Thanh đến phòng khám bệnh, chăm chút từng bước đi của nàng trên con đường nhựa ướt át. Trên cành, lá me xanh tươi vương vấn nước, đó đây nhường chỗ cho vài tia nắng chứng nhân nhảy múa trên bờ vai, mái tóc hai kẻ lữ hành.

Sau khi rời bịnh viện, Trường đề nghị đưa Thanh về tận nhà, nhưng nàng cố thoái thác, muốn tránh cho ông quản Tư thêm ngờ vực lý do nàng vắng nhà cả ngày, nhưng phần cũng ngại không muốn Trường gặp ba mình trong trạng thái không được tỉnh táo như hiện nay.

Trên đường đạp xe về nhà nàng mỉm cười vu vơ, nhớ lại những lời trao đổi thú vị với Trường, hình dung lại vẻ phóng khoáng của một người lịch lãm, và sống lại những khoảnh khắc xúc động nhưng không ít bối rối khi đón nhận sự chăm sóc ân cần của anh. Cuộc hạnh ngộ giữa đàng tuy ngắn ngủi và bất ngờ dưới cơn mưa tầm tã, nhưng dường như do một phép mầu đã lưu lại cả bầu trời chan hoà nắng ấm trong lòng Thanh.

Nàng cố kéo dài khoảnh khắc hạnh phúc theo từng vòng lăn của bánh xe trên mặt đường, nhưng chẳng bao lâu những nỗi lo âu tưởng chừng vô cớ len lỏi vào tâm hồn để lại ở cuối chân trời những áng mây đe dọa, tích tụ của những bất ổn triền miên đeo đuổi Thanh suốt quãng đời trưởng thành của nàng.

Về đến nhà đối diện với ánh mắt xa xăm diệu vợi của ông quản Tư, những giọt nắng xuân rơi rớt còn sót lại trong lòng Thanh chợt bị che kín bởi đám mây đen vần vũ của thực tế. Tối lại trong bóng đêm Thanh nằm trằn trọc, tự hỏi nên trở lại bót *Centrale* ngày mai để tìm Năm Hoan không. Tuy kinh nghiệm sáng nay với Tư Cổn đã khiến nàng hoảng sợ không ít, bản năng phụ nữ cho Thanh cảm giác yên tâm hơn với Năm Hoan, và Thanh đã cố trấn an với những ý nghĩ lạc quan để mạnh dạn đi vào giấc ngủ.

May mắn thay, như dự đoán của Thanh, Năm Hoan vẫn còn nhớ giao tình với ông quản Tư ngày trước và đã hết lòng ra tay giúp đỡ. Ông đã đích thân lái xe Jeep của sở vào tận nhà, giả vờ mời ông quản Tư đi nhậu. Tuy nhiên ông đã chạy thẳng vô nhà thương Chợ Quán, và khẩn hoản khuyên lơn ông quản Tư nhập viện điều trị bịnh tình. Sau nhiều lần thuyết phục, Ông quản Tư đã đồng ý để bác sĩ chửa trị bằng phương pháp 'chạy điện', tức cho một dòng điện cả trăm volt chạy xuyên qua hai thái dương.

Từ đó mỗi ngày Thanh phải đạp xe đi thăm nuôi cha. Nghe nói 'chạy điện' khiến bịnh nhân '*bị nhiệt*' trong người, Thanh nấu canh cải *xà-lách-son* cho cha ăn cho mát. Nghe nói '*chạy điện làm mất sức bịnh nhân nhiều lắm,*' Thanh nấu các món có nhiều thịt trứng cho cha bồi dưỡng cơ thể. Từ nhà Thanh đến nhà thương phải đi qua ba cây cầu sắt cao vòi vọi, nhiều thanh niên trai trẻ còn không đạp xe qua nổi, phải xuống xe dẫn bộ qua cầu. Vậy mà mỗi trưa tay xách gà-mên cơm, Thanh đều cố đạp xe lên 3 cái dốc cầu ác nghiệt đó để mang thức ăn đến cho cha mình.

Không ai bắt cô phải làm như vậy, cô chỉ cố bày tỏ lòng thành của mình với Trời, với Phật, với tổ tiên, mong được các đấng thiêng liêng chứng giám mà phù hộ cho cha cô sớm tai qua nạn khỏi.

10. Tình yêu và bổn phận

Từ những tháng cuối năm 1954, chiếu theo Hiệp định Genève, Pháp đã rút quân về phía Nam vĩ tuyến 17, và tới tháng Tư năm 1956 thì vĩnh viễn triệt thoái khỏi Việt Nam. Trong khoảng thời gian này miền Nam trải qua nhiều biến động chánh trị, dẫn tới cuộc Trưng cầu Dân ý năm 1955, truất phế vị vua cuối cùng của đất nước. Trang sử phong kiến được lật qua, kỷ nguyên mới chào đời, một nước Việt Nam Cộng hòa được thành lập.

Tuy nhiên, trong các tháng đầu sau khi chấp chánh, chánh phủ phải đối phó với nhiều bất ổn trong xã hội, dấy lên bởi các lực lượng vũ trang còn sót lại từ thời Pháp thuộc. Trong số loạn quân cát cứ lưu lại từ thời chánh quyền thuộc địa Pháp có lực lượng võ trang Bình Xuyên, từng thao túng vùng thủ đô Sài Gòn-Chợ Lớn, kiểm soát các bến tàu, bến xe và nhiều tụ điểm ăn chơi, hút sách khét tiếng, kể cả hai sòng bạc lớn tầm cỡ quốc tế như Kim Chung và Đại Thế Giới.

Quân Bình Xuyên trước đây khi thì hợp tác với Pháp, lúc với Việt Minh để chia chác quyền lợi, tùy từng giai đoạn tranh chấp.

Vào thời điểm này lãnh tụ Bình Xuyên là tướng Lê Văn Viễn, tức Bảy Viễn, đã liên minh với một số đơn vị thuộc lực lượng võ trang của các giáo phái Cao Đài và Hòa Hảo thành lập Mặt Trận Thống Nhất Toàn Lực Quốc Gia, tạo áp lực lên chánh phủ, đòi quyền tham chánh rộng rãi hơn trong nội các mới của Thủ Tướng Ngô Đình Diệm.

Sau khi chánh quyền bác bỏ các yêu sách của Mặt Trận, quân Bình Xuyên bắt đầu động binh, tấn công Bộ Tổng Tham Mưu và dinh Toàn Quyền, sau này là Dinh Độc Lập, trung tâm quyền lực của chánh quyền Việt Nam Cộng Hòa.

Đô thành Sài Gòn thời bấy giờ có một vòng đai an ninh thiên nhiên ở phía Nam, là Kinh Tẻ xuất phát từ sông Sài Gòn, chạy dài hơn 4 cây số từ Đông sang Tây trước khi nhập vào Rạch Bến Nghé trở thành Kinh Đôi, và tiếp tục đổ xuống hướng Tây-Nam ra tận Cần Giuộc. Lực lượng Bình Xuyên đóng rải rác hai bên bờ Kinh Tẻ và Kinh Đôi từ vùng Khánh Hội ở phía Đông tới Rạch Cát ở hướng Tây. Tuy nhiên chỉ trong ba ngày chủ lực lính Nhảy Dù của quân đội Quốc gia Việt Nam đã đẩy quân Bình Xuyên ra khỏi vùng đô thành, và tiến chiếm cứ điểm quan trọng của Bình Xuyên ở khu lò heo Chánh Hưng bên kia cầu Chữ Y.

Đa số quân Bình Xuyên phải rút về Rừng Sát, nhưng vẫn còn một số lực lượng lẻ tẻ ẩn náu rải rác hai bên bờ Kinh Tẻ và Kinh Đôi chờ thời cơ mới. Bốn tháng sau Thủ tướng Ngô Đình Diệm phái Đại tá Dương Văn Minh thuộc Quân đội Quốc Gia Việt Nam phát động Chiến dịch Hoàng Diệu để tiếp tục truy nã phiến quân Bình Xuyên.

Tình hình rối rắm bất ổn của miền Nam không ai biết rồi sẽ ngã ngũ ra sao. Nếu phe thân Mỹ thắng thế và ổn định được tình hình, vị thế của các phe cánh cũ thời Pháp trong đó có gia đình Trường khó tránh khỏi bị lung lay. Trước viễn ảnh thời cuộc bấp bênh, Trường quyết định bỏ xứ qua Cambodge lập nghiệp. Bên đó anh có một người chú làm chủ khách sạn tại Nam Vang từ nhiều năm nay.

Ngoài ra Trường còn có giao tình với hoàng thân Norodom Sihanouk từ thời còn học chung tại *Collège Chasseloup-Laubat* ở Sài Gòn. Trường nghĩ ông ta từng là một sĩ quan trừ bị trong quân đội Pháp, dù chỉ là một chức vị danh dự nhưng ông đã trải qua một thời gian huấn luyện ở trường Kỵ binh nổi tiếng *Saumur* của Pháp, thì chắc thể nào trong vai trò lãnh đạo xứ Cambodge ông cũng không tránh khỏi nghiêng về phía Pháp hơn Mỹ.

Trường đang thu dọn hành lý chuẩn bị đi Nam Vang, tình cờ nghe tin chiến sự từ máy thu thanh ở phòng bên cạnh dội vào. Quân Bình Xuyên đã rút về tới khu Bình An kế bên xóm Cây Lý, và quân đội của chánh phủ chuẩn bị truy sát tối nay.

Trường giật thót mình, lo cho sự an nguy của Thanh, vội vã lái xe vô xóm Cây Lý báo tin. Xe chạy từ hướng quận Nhứt vào theo đại lộ Trần Hưng Đạo, qua khỏi bót Centrale được hai ngã tư thì đường đã bị chặn, vì cuộc giao tranh ác liệt đang xảy ra giữa quân đội chánh phủ và nhóm đồ đệ trung thành của Bảy Viễn, quyết định ở lại tử thủ bảo vệ sòng bạc Đại Thế giới trong Chợ Lớn.

Trường tìm cách đi vòng, tránh vùng giao tranh đang bị phong tỏa. Anh bỏ xe bên đường, chạy bộ xuống hướng Nam. Luồn qua các hẻm nhỏ, Trường ngạc nhiên thấy sinh hoạt còn có vẻ tấp nập hơn bình thường, khác hẳn với bộ mặt vắng lặng, cửa đóng then gài, ngoài đường phố. Trường dò hỏi tìm đường ra Kinh Tàu Hủ.

Tới Kinh Tàu Hủ thì trên sông lại vắng lặng khác thường, vì các gia đình sống trên ghe đã chống chèo đi lánh nạn từ mấy bữa trước. May mà gặp hai cha con chủ ghe chài, nhờ làm ăn trúng mối mấy năm nay đã sang một căn nhà ngói làm nhà trên bờ, đang lụi hụi trên bãi cỏ trét chay cho một chiếc xuồng nhỏ của gia đình họ. Trường trổ tài thương thuyết, và được ông chủ đồng ý cho con ông chèo ghe đưa Trường vào xóm Cây Lý với một khoản tiền không nhỏ.

Sau khi ghe chèo vào kinh An Thông Hạ, đến gần cầu Máy Rượu, Trường để ý thấy nhiều đoàn người rời xóm Cây Lý lũ lượt qua cầu, rồi người lớn con nít tụ năm tụ ba ngồi dài trên bãi cỏ dọc theo tường thành Nhà Máy Rượu. Trường nghĩ có thể họ cảm thấy đã đi xa khỏi tầm đạn giao tranh nên dừng chân trú đỡ bên tường. Không còn thì giờ tìm hiểu lý do thật sự, chàng hối hả chạy bộ đến nhà Thanh.

Cả gia đình Thanh vẫn còn bối rối chưa biết phải đi lánh nạn ở đâu. Có ý kiến nên trở lại khu phố lính ở bót Xây-nho trước kia, ít ra cũng còn vài người quen biết có thể nhờ tá túc qua đêm, nhưng Trường cho biết đường sá đã bị chặn ở nhiều ngõ, khó lòng đi đến nơi được.

Tò mò về lý do tại sao nhiều người tìm đến lánh nạn bên ngoài tường rào của hảng rượu, Trường hỏi Thanh và được biết người dân trong xóm tin là nơi đó an toàn hơn. Theo họ, quân Bình Xuyên sẽ không bao giờ tấn công hãng rượu của người Pháp, vì họ được người Pháp bảo trợ để tạo áp lực lên chánh quyền ông Ngô Đình Diệm, trong cuộc tranh giành ảnh hưởng tại Việt Nam với Mỹ.

Trường chợt lóe lên một ý nghĩ. Anh từng quen ông 'Sếp Comptable' (Kế toán trưởng) của nhà máy rượu qua các dịch vụ ngân hàng. Trường đề nghị gia đình Thanh theo anh qua xin tạm trú trong căn phố của ông 'Sếp Comptable' nằm bên trong vòng thành nhà máy, lại càng an toàn hơn.

Cả gia đình đồng ý, ngoại trừ ông quản Tư khư khư ở lại giữ nhà, lấy cớ ông đã từng quen với tiếng đạn bom. Thanh đành dẫn mẹ và bé Thảo theo chân Trường đi lánh nạn.

Anh đưa gia đình qua cầu Máy Rượu, đến trước hai cánh cổng sắt thường được canh gác bởi một người lính Chà Và cao lớn, râu ria rậm rạp che phủ mặt mày bên dưới cái khăn đen quấn trên đầu. Họ là các người Sikhs gốc Ấn Độ, nổi tiếng là những người lính tinh nhuệ và thiện chiến trong quân đội thuộc địa Anh mà nhiều công ty Pháp tuyển chọn qua Việt Nam, làm *gardien* (người gác cổng) bảo vệ các hãng xưởng của người Pháp. Riêng hôm nay như đã dự phóng có biến động, nhà máy đã phái bốn người lính Sikhs trang bị súng trường đứng án ngữ trước cổng.

Trường đến xin phép gặp ông Beausoleil. Một người lính Chà bước vào chòi canh, gọi điện thoại. Sau ít phút ông Beausoleil ra tận cổng gặp Trường. Gia đình ông sống trong một căn phố khang trang nằm bên trong khuông viên nhà máy. Hai người nói chuyện với nhau bằng tiếng Pháp. Ông ta cho biết ông sẵn sàng để gia đình ngủ qua đêm, nhưng trong nhà chỉ có hai cái giường trống đủ cho ba người trong gia đình Thanh. Trường phải ngủ ghế bố đặt ở phía trước hàng ba.

Sau khi mọi người đã đi nghỉ, Trường và Thanh vẫn còn ngồi trước hiên nhà tâm sự. Tiếng *mọc-chê* văng vẳng, liên tục dội về từ chạng vạng tối đã dừng hẳn. Những vệt chấm than lửa đạn xé nát một gốc trời cũng đã không còn nữa, nhường chỗ lấp lánh cho những vì sao trời muôn thuở chờ đợi trong bóng đêm, như Trường đã kiên nhẫn chờ đợi Thanh. Đã hai lần anh ngỏ ý tiến tới hôn nhân, nhưng đều thất vọng trước thái độ của Thanh.

Dù lúc nào cũng trân quý tình bạn giữa hai người, nhưng nàng chưa bao giờ cho phép bản thân thoát khỏi những ràng buộc của bổn phận đối với gia đình mà nàng tự áp đặt lên chính mình. Nhưng đêm nay qua cơ hội gặp Thanh lần này, Trường muốn xác định một lần cuối trước khi rời Việt Nam.

"Thời buổi còn loạn lạc quá em thấy không?"

"Dạ, anh nghĩ chừng nào mới yên đây."

"Nếu biết câu trả lời, anh đã không quyết định bỏ xứ ra đi. Nước Mỹ là một cường quốc còn đứng vững sau đệ nhị thế chiến, nếu họ thật lòng giúp chánh phủ thì chắc trước sau gì cũng dẹp yên được đám giặc cỏ như Bình Xuyên. Nhưng câu hỏi là sau đó rồi sẽ ra sao. Kết quả cuộc tổng tuyển cử giữa hai miền Nam-Bắc sắp tới sẽ như thế nào. Bên nào thắng, bên nào thua? Bên thua có tuân thủ luật chơi dân chủ mà buông súng xuống không?"

"Tình hình rối rắm quá hả anh. Em không muốn phải chạy giặc một lần nữa đâu."

Trường thấu hiểu nỗi lo của Thanh nên đã tế nhị đề nghị, "Vậy để ba má anh qua hỏi cưới em. Sau đó mình đưa hai bác với bé Thảo cùng qua hết bên Nam Vang sanh sống."

Trường bày tỏ ý định bảo bọc cả gia đình Thanh, vì anh biết rõ mối quan tâm hàng đầu của nàng bao giờ cũng là bổn phận đối với gia đình. Thanh vẫn không tránh khỏi do dự, dù biết Trường có thừa khả năng thực hiện lời hứa của mình. Nàng nhớ lại hôm đến nhà Trường dự tiệc tiễn hành do gia đình anh tổ chức. Không biết vô tình hay cố ý, Trường đã giở hai va-li hành lý cho Thanh xem chất đầy những xấp bạc giấy 'cent' (bạc trăm). Ngoài ra Thanh cũng được biết gia đình Trường từng hùn vốn đầu tư với một người chú của anh bên Nam Vang, để kinh doanh khách sạn và mở hãng xuất nhập cảng nông sản.

Chợt giọng Trường cất lên, kéo Thanh về thực tại với câu hỏi ngắn ngủi nhưng thấm đượm thiết tha, "Em nghĩ sao?"

Nhớ lại bao nhiêu lần Trường đã lo lắng và trợ giúp nàng cùng gia đình, Thanh đã bày tỏ cảm xúc sâu sắc tự đáy lòng, "Anh biết không, em rất khổ tâm nghĩ tới bao nhiêu lần anh không ngại khó khăn, hay ngay cả nguy hiểm tới tánh mạng để ra tay giúp đỡ em và gia đình. Mà em thật sự chưa làm được việc gì đền đáp..."

Trường ngắt lời, "Đây chính là trở ngại lớn nhứt. Em quá lý trí. Điều anh mong mỏi là em tự hỏi lòng mình, em có thương anh không. Anh chỉ mong đợi điều đó. Anh chỉ chờ đợi câu trả lời từ con tim của em. Anh không bao giờ nghĩ mình là kẻ cho vay đang đi đòi nợ."

"Em xin lỗi anh. Em thật tình xin lỗi anh. Em đã lỡ lời, dù những lời em nói là thật lòng, nhưng lại thốt ra không đúng lúc."

"Người phải xin lỗi chính là anh, đã vô cớ gắt gỏng với em."

"Không, lỗi ở em. Em xin lỗi anh. Em thường tự hào về tánh tình ngay thẳng của mình, nhưng thực sự dường như trong chuyện này em lại cứ tránh né, không dám đối mặt với câu hỏi của anh. Gần đây em mới nhận ra, lý do có thể là vì ... đối với em tình yêu và hôn nhân chỉ là một."

Trường giương to mắt nhìn Thanh, "Ý em là sao? Em không thể tiến tới hôn nhân vì chưa hề yêu anh?"

Thanh biết Trường cố tình ép mình nói lên tiếng nói con tim. *Sao mà điều đó quá khó khăn đối với mình,* Thanh thầm nghĩ. Nàng thân mật nắm lấy tay Trường thỏ thẻ, "Anh nên làm luật sư. Giỏi tài hỏi bắt bí người ta."

Trường nhìn Thanh lắc đầu, "Vậy thì thật tình anh không hiểu nổi."

Thanh dõi mắt ra xa, tránh ánh mắt chờ đợi của Trường, thì thầm như tâm sự với chính mình, "Em không thể nói yêu anh khi nghĩ rằng mình không thể tiến tới hôn nhân được. Anh nghĩ xem, người đời sẽ nói gì về phận gái như em nếu chỉ có người yêu mà không có chồng."

"Té ra là vậy. Nói gần nói xa gì thì lý do cũng vì bổn phận đối với gia đình mà em không dám nghĩ tới hôn nhân. Vậy tương lai em thì sao?"

"Tương lai em là Thảo."

Trường khẽ lắc đầu, "Anh hiểu. Em tình nguyện hy sinh thế hệ trung gian."

Câu nói cửa miệng vô tình nhưng giúp Trường nhận chân thực tế phũ phàng. Chữ tình nếu có mà Thanh dành cho chàng dù như hoa thêu trên gấm cũng không thể sánh bằng hai chữ bổn phận truyền thống ghi trên bia, khắc trên đá, in trong lòng người phụ nữ Việt Nam từ muôn thuở, tự muôn đời. Trường ngửa mặt tìm tri kỷ ngoài Dải Ngân hà, lại chìm đắm trong cảm giác lạc lõng giữa muôn vàn tinh tú.

Sáng hôm sau trời quang mây tạnh, tràn ngập ánh nắng ban mai, chói chang trên nền xi-măng trải rộng tưởng chừng vô tận trong khuông viên bao la của nhà máy rượu. Đoàn người tị nạn lũ lượt ra về. Tiếng súng đã im. Một kỷ nguyên mới bắt đầu. Lành hay dữ. Tốt hay xấu. Nào ai biết được ngọn gió mới sẽ đẩy con thuyền Việt Nam về đâu.

11. Chồng Lính

Tiếc thay những ngày an bình sớm qua nhanh. Cuộc chiến bắt đầu leo thang từ lần đầu lính Mỹ đổ bộ lên Đà Nẵng vào giữa thập niên 60, và chiến tranh ngày càng trở nên khốc liệt. Dù chỉ xảy ra ở những nơi xa xăm với các địa danh xa lạ lúc ban đầu, nhưng trong các xóm nghèo giữa chốn thị thành người ta cũng có thể thấy được, nghe được, qua hình ảnh một cỗ xe tang giữa ban ngày hay tiếng mõ cầu siêu khốc khốc thâu đêm. Dần dà tiếng mõ không còn là các âm thanh đơn điệu, có thể lôi cuốn người nghe về một hướng xuất phát để bùi ngùi cho thân phận một người quen biết ở lại, có thể là một bà mẹ già, hay một người vợ trẻ cùng mấy đứa con thơ. Mà giờ đây nhiều tiếng mõ nổi lên cùng một lúc, từ nhiều nơi, trở nên dồn dập, từ đầu trên tới xóm dưới.

Ngày mai Án, chồng Dung, được về phép ăn Tết với gia đình. Năm ngoái sau khi tốt nghiệp trường Sĩ Quan Trừ Bị Thủ Đức, Án nhận sự vụ lịnh bổ nhiệm ra thẳng tuyến đầu Quảng Trị thuộc Vùng I chiến thuật, bảo vệ an ninh vùng biên giới với Lào cho tới nay.

Bác Tư ba của Án cứ đinh ninh là Án bị đày vì có người anh tập kết ra Bắc. Kỳ thật thì nghe đâu vì chánh phủ muốn tránh cảnh anh em một nhà phải đụng độ trên chiến trường, nên thường gởi tân binh ra các vùng ở cách xa nguyên quán của họ.

Ba của Án cũng thường than thở với họ hàng là Án có số cực. Mặc dầu là đứa con học giỏi nhứt trong gia đình, nhưng lại cứ lận đận. Sau khi đậu tú tài Pháp, được cấp học bổng qua Pháp để học ngành kỹ sư canh nông. *Valise* đã mua, quần áo đã sắm, chỉ chờ ngày lên đường. Đột ngột bộ Quốc Gia Giáo Dục thông báo hai học bổng đi Pháp được thay thế bằng học bổng đi Mỹ. Thời thế đã đổi thay, thế lực của Mỹ tại Việt Nam ngày càng mạnh, soi mòn dần chút ảnh hưởng còn lại của Pháp dù chánh quyền ở Điện Élysée vẫn không ngừng tìm mọi giải pháp bám víu vào thuộc địa cũ của mình.

Trong gia đình Án, câu hỏi đặt ra là anh nên nhận học bổng du học Mỹ không. Họ hàng người bàn ra kẻ tán vào, và sau cùng Án từ chối không đi Mỹ vì ngại nạn kỳ thị chủng tộc trong xã hội Hoa Kỳ. Ít ra đó là lý do thường được nhắc đến, còn chăng lý do thực sự vì áp lực của vài thành viên trong gia đình có khuynh hướng chánh trị thiên về miền Bắc thì không ai muốn nhắc tới, tránh cãi vã làm mất hòa khí trong họ hàng.

Vậy là Án ở lại nhà, thi vào Trường Quốc Gia Sư Phạm tại Sài Gòn. Ra trường anh được bổ nhiệm về dạy Pháp văn tại trường trung học Thoại Ngọc Hầu gần cầu Hoàng Diệu nối hai bờ Rạch Long Xuyên, nơi miền quê ngoại của Dung.

Dung được tiếng là cháu nội của một chủ điền có tiếng tăm ở Cái Bè, nhưng sau khi ông nội Dung bị quân kháng chiến thủ tiêu vì tranh chấp quyền lợi, ba Dung phải bán tháo bán để cà trăm mẫu đất hương quả lấy tiền lên Sài Gòn làm ăn lánh nạn. Tuy nhiên vì không quen với công việc kinh doanh buôn bán, đụng đâu thua đó, rồi từ lỗ lã đi đến chỗ nợ nần chồng chất, đưa ông đến bước đường cùng phải gieo mình xuống sông dưới Cầu Bình Lợi tự vẫn. Thất bại của Ba Dung nơi thương trường là một trường hợp điển hình của hồi kết của nhiều gia đình phú hộ giàu có vào buổi đổi đời. Họ là nạn nhân của các định kiến xã hội lỗi thời coi việc buôn bán là một nghề hạ cấp, theo bốn thứ bậc Nhất Sĩ, Nhì Nông, Tam Công và sau cùng mới tới Tứ Thương.

Từ đó mẹ Dung phải lặn lội thân cò nuôi ba chị em Dung. Mới mười lăm tuổi Dung phải thôi học ở nhà vừa giữ em vừa phụ mẹ mở quán cơm tấm ngay trước sân nhà. Năm sau, nhờ vốn liếng tiếng Pháp có sẵn, Dung dạy kèm tiếng Pháp kiếm thêm thu nhập cho gia đình. Tuy nhiên cuộc sống ở thành phố ngày càng khó khăn, hoàn cảnh gia đình sa sút, mẹ Dung đưa cả nhà về tá túc nơi quê ngoại, mở một quán ăn nhỏ bên chân cầu Hoàng Diệu, Long Xuyên.

Giáo sư độc thân mang tên Án là một thực khách trung thành của quán ăn 'Cô Dung' - mỗi chiều thầy đều đặn đến. Ăn xong còn được cô chủ quán tiễn một đoạn đường trên cây cầu mang tên Ô thước trong quyển nhựt ký tình yêu của hai người.

Như những câu chuyện tình có hậu, họ đã tiến tới một cuộc hôn nhân hạnh phúc, và sớm được một mụn con đầu đời. Tới lúc đó thì Án đã đưa gia đình về Sài Gòn sống với cha mẹ anh, trước khi phải lên đường nhập ngũ.

Sẵn dịp Án về phép, ba Án quyết định mở tiệc họp mặt gia đình để mùng ngày đoàn tụ luôn. Bác Hai trai, bác Hai gái, và mấy người anh em họ của Án đều đến dự.

Bà con tề tựu đông đủ quanh bàn ăn, xúm nhau hỏi thăm Án về những gì đã xảy ra lúc xa nhà. 'Út nhỏ', đứa em mười lăm tuổi của Án, chờ nãy giờ mới có dịp hỏi anh:

"Anh ơi, đi máy bay ra sao?"

Út lớn anh của nó trách, "Vậy mà cũng hỏi. Thì đi máy bay, bay lên trời chứ sao."

Án thấy thương hai em. Nét ngây thơ, đơn giản của chúng nhắc Án nhớ tới bản thân mình hồi trước khi còn lúc thúc ở nhà. Án choàng tay ôm Út nhỏ vào lòng nói, "Ờ, sau khi máy bay lên cao, nhìn xuống mình thấy toàn nóc nhà, như mấy cái hộp quẹt nằm sắp lớp vậy."

Tò mò Út nhỏ hỏi, "Thấy xe và người ta đi ngoài đường không anh Hai."

"Lên hơi cao một chút là hết thấy được người ta, mà còn thấy được xe cộ như kiến bò," Án đáp.

Út lớn xen vào hỏi, "Máy bay lên tới mây luôn không anh Hai?"

"Dĩ nhiên rồi. Nó còn vượt qua mây, và bay cao hơn nữa," Án nói cho em biết.

Út nhỏ hỏi, "Mây ra làm sao vậy anh Hai."

"Ở trên nhìn xuống mình thấy mấy cụm mây giống như từng chùm bông gòn ...," Án chưa dứt lời, ông giáo mắng hai thằng út, "Tụi bây hỏi gì hỏi tới vậy, để anh Hai ăn cơm, còn nói chuyện với bác Hai và mấy anh nữa."

Từ nhà bếp Dung mang thố cà-ri gà lên đặt giữa bàn, thoáng để ý thấy mấy ông đang nói cười vui vẻ bỗng im bặt. Tuy nhiên có hai tiếng mà Dung nghe được khiến nàng tò mò không ít. Đó là 'Ngủ đò'. Dù trước nay chưa bao giờ nghe qua, nhưng bản năng nhạy bén của người phụ nữ báo cho Dung biết có gì bí ẩn bên trong.

Sau khi khách khứa ra về Dung hỏi:

"Hồi nãy nghe mấy ông nói 'ngủ đò.' Là gì vậy anh?"

Án giật mình tỉnh cả rượu,

"À ... đó là thú tao nhã trên sông Hương... của mấy nhà nho và tao nhân mặc khách ngày xưa đó mà... Ban đêm họ thích xuống đò ra giữa sông, có trăng thanh gió mát để làm thơ, xướng họa, hay nghe hát nghe đờn giữa cảnh sông nước mênh mông. Đại khái vậy đó mà."

Nghe Án giải thích cũng có lý nhưng Dung vẫn còn thắc mắc, nếu chuyện chỉ có vậy tại sao mọi người lại có vẻ muốn giấu nàng. Và nếu đó là chuyện ngày xưa vậy chuyện ngày nay thế nào? Bác Hai của Án nãy giờ còn lưu lại phía trước nói chuyện với ba Án, xong bác lần mò ra phía sau nhà bếp hối bác gái đi về.

Dung không bỏ lỡ cơ hội, mon men đến hỏi:

"Bác Hai ơi, 'Ngủ đò' là gì vậy bác?"

Bác Hai nhè nhè trong men rượu:

"Đàn bà con nít ... hỏi chi ba chuyện đó chứ... chỗ gặp gỡ giữa trai anh hùng với gái thuyền quyên ... ở chốn Thần Kinh..."

Dung mới vỡ lẽ. Tối đến chỉ còn hai vợ chồng, tức thì lằn ranh quốc cộng được vạch ra bởi một cái gối ôm chắn ngang giữa giường, '*Anh phần anh tui phần tui, tình nghĩa đôi ta chỉ thế thôi'*. Đêm khuya thao thức nghĩ lại hoàn cảnh của chồng, cả năm trời nằm gai nếm mật, sống giữa lằn tên mũi đạn. Dung không dám nghĩ xa hơn.

Nhớ lại trong suốt năm qua mỗi lần nàng có chuyện đi ra ngoài, tình cờ gặp một chiếc xe Jeep quân đội chạy vô xóm, là mồ hôi không biết từ đâu tươm ra ướt đẫm hai bàn tay, lòng bồn chồn không kể xiết, phải bương bả trở về, miệng thì lâm râm cầu Trời khẩn Phật cho xe không đang tìm đến nhà mình để báo hung tin.

"Giờ đây chồng được mấy ngày phép hiếm hoi về thăm gia đình, mà mình còn hạch họe chồng cả đêm," Dung thầm nghĩ và cảm thấy thiệt có lỗi với chồng, nên quyết định thôi thì *'Cũng liều nhắm mắt đưa chân. Mà xem con tạo xoay vần đến đâu.'*[1]

Nhờ ăn ở có đức như vậy mà trời thương, nên qua năm sau cho hai vợ chồng thêm một mụn con, lại là con gái cho đồng đều vì đứa lớn là con trai. Thật ra cũng tội cho *'thiếu úy'* Án, lần nghỉ phép ở Huế nào dám làm gì không phải đạo vợ chồng, nhưng trưa nay khi đối diện với những cặp mắt ngưỡng mộ của mấy anh em chú bác, chỉ sợ họ chê mình cù lần, nên khi có người hỏi tới thú ăn chơi của lãng tử trên sông Hương bèn ra chiêu ùm ùm, ờ ờ, ai muốn hiểu sao thì hiểu để giữ chút thể diện vậy mà.

Sáng hôm sau, lòng xuân phơi phới, Án lục ba lô đem ra mấy vỉ kẹo mè xửng Huế, trước cúng ông bà sau mời cha mẹ. Xong xuôi đâu đó chàng lục trong ngăn tủ bàn *bureau* cũ tìm lại hai cây pháo đại, loại nhà binh dùng tập trận lúc còn ở quân trường mà Án đã đem về giấu kỹ tới nay, bây giờ mới có dịp đem ra phát pháo giữa cái ao phía sau nhà, cho nó nổ đùng đùng mấy tiếng long trời lở đất, để trước là đón Tết, sau *lấy le* với hàng xóm, và sau nữa là ... ăn mừng chiến thắng! Tội cho mấy con cá con tôm vô tội ở dưới ao phải phơi bụng nổi trắng trên mặt nước.

71

12. Tứ quý một nhà

Mới chợp mắt mà Sáng, con trai lớn của Mỹ Lệ, đã 21 tuổi đang du học tại Pháp. Mỹ Lệ sống ở B'lao, điện thoại cho Loan biết tuần sau sẽ về Sài Gòn để xin gia hạn giấy phép xuất nhập cảng cho công ty cà-phê của cô. Loan bèn điện thoại Thanh, đề nghị Thanh tổ chức buổi gặp mặt giữa bốn chị em, vì Loan và Dung đang sống chung với gia đình nhà chồng, khó lòng mở *party*.

Thanh là cô bạn duy nhứt trong số bốn chị em hiện vẫn còn độc thân nên bạn bè mỗi lần có dịp thường rủ nhau kéo đến nhà Thanh '*phá nó cho vui*'. Lần này nhân dịp Mỹ Lệ ở xa về, lại vào dịp Tết Trung Thu sắp đến nên Loan có ý muốn Thanh tổ chức một buổi tiệc trước đón Mỹ Lệ, sau để '*mấy đứa xúm nhau ăn Trung Thu như hồi đó*'. Tuy nhiên Thanh phải khước từ vì công việc làm ăn bề bộn, tháng trước mới mua thêm một chiếc xe Volkswagen thứ năm dùng để đưa rước học trò, và đang bận rộn '*chỉ huy*' mấy người thợ xây cất nới rộng garage (nhà chứa xe) bên hè nhà.

Phần Mỹ Lệ, nàng đã lập gia đình với Paul sau khi Năm Chảng đồng ý hủy bỏ hôn ước với nàng. Trong xóm lao động ở khu Cầu Muối dạo đó rộ lên tin đồn về một nghĩa cử cao cả của '*Anh Năm*' - cái tên thân thiện người trong các xóm nhỏ trang trọng dành cho Năm Chảng với ít nhiều thán phục. Dân nghèo từng được hưởng của bố thí của *anh Năm* qua các hành động hào phóng bốc đồng xưa nay, nghĩ rằng sau khi *anh Năm* biết Mỹ Lệ là hoa đã có chủ, đã sẵn sàng nhường lại cho Paul. Thực ra, là một tay anh chị khét tiếng đã leo lên tới hàng Đại Ca, Năm Chảng luôn đặt lợi ích cá nhân và thanh thế trong giang hồ lên trên hết.

Sau khi Paul tỏ ý muốn cưới Mỹ Lệ, Năm Chảng nắm bắt cơ hội thương lượng một vố làm ăn lớn với Paul. Chánh quyền thuộc địa Pháp vẫn thường mắt nhắm mắt mở để các băng đảng hoạt động bảo kê cho mấy tụ điểm ăn chơi, để chánh quyền có cơ hội khai thác mỏ vàng thuế má từ mấy sòng bài, nhà chứa và nhiều dịch vụ ăn theo phục vụ khách làng chơi, như các vũ trường và quán nhậu.

Điều kiện trao đổi Mỹ Lệ mà Năm Chảng đưa ra là Paul phải vận động cho hắn được bành trướng địa bàn hoạt động ra khỏi vùng chợ Bến Thành, để băng đảng của hắn nắm luôn sòng bạc Kim Chung khét tiếng ở Sài Gòn, chỉ đứng sau Đại Thế Giới trong Chợ Lớn thôi. Sếp Gauthier nể tình Paul nên đồng ý với đề nghị của Năm Chảng. Thực ra đối với chánh quyền Pháp, khi phải dùng côn đồ để trị an ở thành phố, thì dù có giao cho nhóm giang hồ nào, ngư ông Pháp vẫn tương đối đắc lợi như nhau.

Ngay sau buổi lễ cưới được tổ chức bí mật nhưng không thiếu phần nghi thức tại nhà thờ lớn Đức Bà, Paul phải đưa toàn gia đình lên Đà Lạt sống, vì lý do an ninh cá nhân sau khi thân thế chàng bị bại lộ. Họ sống trong căn biệt thự Paul mua lại từ hai năm trước trên một đồi thông ở Đà Lạt, cạnh con suối nhỏ róc rách uốn mình quanh mấy tảng đá lớn nhỏ ven bờ.

Tiếc là khí hậu ôn đới của vùng cao nguyên tuy là điều lý tưởng đối với những người Pháp tha hương để họ gọi Đà Lạt là *'Paris thứ hai'*, nhưng đối với Thím Sáu, mẹ Mỹ Lệ, thì khí lạnh núi rừng khiến bịnh tê thấp hoành hành bà ngày càng nhiều hơn. Chỉ nửa năm sau Paul thu xếp dọn nhà vào B'lao, ấm áp hơn, lại thu ngắn một phần ba khoảng cách tới Sài Gòn, tiện lợi cho việc đi về trong các chuyến công tác bí mật của hắn.

Paul không chỉ hoạt động cho Phòng Nhì, theo dõi nội bộ các lực lượng tôn giáo võ trang thuộc giáo phái Cao Đài và Hòa Hảo, ngoài ra còn làm việc cho MI5, Cơ quan Tình báo Pháp, thu thập tin tức về các hoạt động của đồng minh ở Đông Dương, để báo cáo trực tiếp về tổng hành dinh phụ trách vấn đề Đông Dương, có trụ sở đặt tại Côn Minh.

Mặc dù Pháp thuộc khối đồng minh với các cường quốc Anh, Mỹ, Nga, nhưng mỗi quốc gia đều đặt quyền lợi của tổ quốc mình lên trên. Sau đệ nhị thế chiến Pháp vẫn nuôi mộng duy trì thuộc địa Việt Nam, nhưng lại lo các đồng minh lợi dụng thời cơ nuốt chửng miếng mồi thuộc địa của mình.

Sau khi dọn tới B'lao sinh sống, Paul sang lại được một vườn trà và một rẫy cà-phê, gần sông Đạ Huoai, mà Mỹ Lệ canh tác từ đó tới nay. Trà chỉ bán cho các đại lý trong nước, nhưng cà-phê thì để xuất cảng qua Pháp. Ngày trước chỉ có người Pháp hay người mang quốc tịch Pháp được cấp giấy phép xuất nhập cảng, nhưng sau khi Việt Nam giành được độc lập thì Mỹ Lệ là người phụ nữ Việt đi tiên phong trong ngành xuất cảng.

Lúc đầu Mỹ Lệ phải nhờ vào sự hướng dẫn của Paul trong việc điều hành cơ sở thương mại của gia đình, nhưng sau khi Paul bị lãnh chúa sòng bài Đại Thế Giới cho đệ tử ám sát sau cuộc thương thuyết bất thành, thì Mỹ Lệ phải một tay quán xuyến mọi chuyện trong ngoài.

Mỗi lần có cơ hội vào Sài Gòn lo các thứ giấy tờ hành chánh cho cơ sở làm ăn, hay thực hiện các dịch vụ cần thiết với ngân hàng, Mỹ Lệ đều tìm cách được gặp lại mấy chị em bạn cũ.

Tiếc là, lần này Thanh đã không thể mở 'party' họp mặt cho ban Tứ Quý tại nhà cô được. Đối để Loan đành đứng ra tổ chức tiệc đón Mỹ Lệ. Từ lâu nàng đã để bụng ngôi nhà nghỉ mát trên Thủ Đức của bà mẹ chồng. Căn nhà nằm trên ngọn đồi thoai thoải ở giữa hai mẫu đất vườn, trồng nhiều cây ăn trái hấp dẫn mà thường mỗi khi đến thăm, Loan đều nhớ tới mấy người bạn thân và thầm ước, *'Phải chi có tụi nó ở đây, cho tụi nó ăn cho đã.'* Thường ngày chỉ có chú Chín, một người chú họ của chồng cô, và gia đình của chú sống ở đó để trông nom nhà cửa, vườn tược.

Ngại đường sá xa xăm, ít khi bà mẹ chồng của Loan lên Thủ Đức thăm nhà nghỉ mát, ngoại trừ những khi có mấy bà bạn của bà thèm ăn mấy trái mãng cầu ta ngọt ngay thơm phức trong vườn, mượn cớ rủ bà lên đây đánh tứ sắc.

Bà mẹ chồng Loan có thể thiếu thứ gì, chứ không thể thiếu đậu chếnh mỗi tuần. Nắm được yếu điểm của mẹ chồng, Loan bắt đầu rỉ tai nhắc khéo mấy *'tay bài'* là vườn trái cây trên Thủ Đức đang chín rộ chờ đợi họ. Kế hoạch *'dân vận'* của Loan đã thành công, và nhờ vậy mấy chị em nàng thực hiện được một buổi tiệc tháp tùng, với buổi chơi tứ sắc của bà mẹ chồng nàng.

Nhà nghỉ mát của gia đình Bà Tư, mẹ chồng Loan, nằm trên ngọn đồi thoai thoải, xanh um cây cỏ, bên cạnh Xa Lộ Biên Hòa, đối diện với khu villa sáng trắng của Làng Đại học Thủ Đức ở bên kia đường. Xe chạy men theo con đường đất giữa hai hàng cây cao, đến gốc cây me ở ngã ba đường thì rẽ phải, chạy thẳng tới trước cổng nhà.

Nhà gỗ hai tầng, cột toàn bằng gỗ lim, trổ màu nâu sậm bóng lưỡng. Điều đặc biệt nhứt có lẽ là tầng trên, được xây theo hình ngũ giác, với cửa sổ trổ ra năm hướng để đón gió. Vách lát gỗ giáng hương màu gạch, tỏa sáng toàn căn phòng rộng. Cửa sổ mở ra tứ hướng, đón gió mát suốt ngày. Đây là chỗ mấy bà ngồi đậu chếnh, nhưng khi cần nghỉ lưng, họ xuống dùng mấy phòng ngủ ở phía dưới nhà.

Trong khi mấy bà đang '*cầm quân*' trên lầu, Loan háo hức dẫn bạn và hai đứa nhỏ ra vườn trái cây ở phía sau nhà. Đám bạn đang mê mẩn trước cây chôm chôm đỏ rực trái, làm ai nhìn cũng thấy vui, nhưng Loan nôn nả kéo họ tới coi cho bằng được cây mãng cầu ta mà nàng để bụng bao lâu nay ao ước được chia sẻ với bạn.

Mấy trái mãng cầu no tròn treo đầy cành không làm họ thất vọng. Trái nào trái nấy mật căng nứt múi. Một làn gió mát thoảng qua, phưng phức mùi thơm hoa quả ngọt ngào kỷ niệm, mang đến một cảm giác an nhàn thoải mái hiếm hoi đối với Mỹ Lệ một phụ nữ dường như sanh ra chỉ để khắc phục định mệnh. Mỹ Lệ mỉm cười, mơ màng nhìn ra xa, ôm ấp các hình ảnh xưa đang lũ lượt ùa về. Những lúc cả đám xúm xít chụp hình bên mấy gốc cây cổ thụ trong vườn Bờ-rô đầy bóng mát, hay ngồi quay quần trên thảm cỏ trước vườn Bách Thảo bên cạnh mấy cụm hoa cúc vàng ửng trong nắng.

Khi thì chụp hình với mấy trái cây mơn mởn đơm đầy cành trong vườn chôm chôm ở Long Thành, hay vườn măng cụt, sầu riêng ở Lái Thiêu, lúc thì vườn mận ở Mỹ Tho, vườn vú sữa ở Cai Lậy...

Thình lình, giọng Loan bỗng trỗi lên bên tai, kéo Mỹ Lệ về thực tại.

"Để tao nhờ Thím Chín gói cho mỗi đứa mấy trái mãng cầu đem về."

Loan lại quay sang Mỹ Lệ, kéo tay nàng đi sâu vào vườn tới gần hàng rào bông bụp, khoe một cây ổi xá lị lủng lẳng đầy những trái xanh ửng, có trái ngả vàng. Loan lấy trong túi xách tay ra một gói giấy nhỏ đưa cho Mỹ Lệ, trêu bạn "Nè đúng gu bà chưa?" Loan vẫn còn nhớ từ nhỏ Mỹ Lệ thích ăn cay, từ trái cây chua như cốc, như xoài, đến trái chát như bần, hay ngay cả ngọt như mận, cô nường Mỹ Lệ của họ cũng thích chấm với muối ớt, nên từ sáng khi còn ở nhà, Loan đã thủ sẵn một gói trong bóp sợ quên.

Mấy chị em xúm lại lấy lồng chọc ổi ăn ngon lành. Chưa ăn xong Loan nóng lòng kéo cả bọn trở lại mấy gốc chôm chôm. Thấy vậy Dung phải nhắc chừng, "Mấy bà ăn gì thì ăn nhưng nhớ để bụng, chiều còn ăn bánh Trung thu, mình đem theo nhiều lắm đó." Cả bọn đồng ý kéo lại ngồi quanh cái bàn ngoài trời dưới gốc cây mít, mà chú Chín giữ vườn đã sắp thêm hai cái ghế nhựa cho hai đứa nhỏ kế bên bốn cái ghế đá. Hai đứa nhỏ còn mê ngắm trái cây ngoài vườn chưa muốn đến.

Loan chợt nhìn đồng hồ, nghĩ là chắc gần đến lúc mấy bà đánh tứ sắc trên lầu sắp giải tán, nàng tế nhị gợi ý cùng các bạn, "Tiệc tùng đâu mình bày ra đi, chắc vừa rồi, mấy bồ ơi." Thanh và Dung loay hoay lấy thức ăn trong mấy giỏ xách ra. Loan lớn tiếng kêu Thím Chín mang chén dĩa tới bày biện đầy bàn. Thanh sắp bánh in ra dĩa. Thường thì món bánh in này do Thanh đặt Dung làm, nhưng lần này vì Dung bận làm mứt cho khách hàng, nên Thanh đặt bánh in với Chị Hai, con của cô giáo Sửu từng dạy nữ công gia chánh cho bốn chị em.

Cô Sửu góp phần không nhỏ trong kỷ niệm học trò của họ, đặc biệt là câu mắng yêu của cô mà họ nhớ mãi, *'Bốn đứa tụi bây là tứ quỷ chứ hổng phải tứ quý như con gái người ta đâu.'* Mỗi lần gặp mặt, cô thường nhắc lại chuyện Loan muốn lấy điểm cao, đã đổ mực vào keo dưa chua của mình để nhuộm cho nó xanh hơn.

Dung thận trọng lấy từ trong giỏ xách ra hộp bánh *'Choux'* để trên cái keo đựng mứt mãng cầu. Tất cả đều do chính tay Dung làm. Mỹ Lệ cũng lục xách tay đem ra một gói đọt trà và lá trà tươi mà nàng kêu thợ hái hôm qua, đưa cho Loan nhờ thím Chín nấu một ấm trà cho mấy chị em.

Philippe, đứa con thứ nhì, 12 tuổi, của Mỹ Lệ theo nàng về Sài Gòn chuyến này, đang đứng nói chuyện với Thảo ngoài vườn, nhìn thấy thức ăn bày đầy bàn, vội chạy đến đứng bên cạnh Mỹ Lệ, mắt thèm thuồng, ngó hết mấy dĩa bánh tới dĩa mứt. Dung thấy vậy ngoắt Philippe lại, lấy cái bánh *choux* đưa cho nó. Philippe thắc mắc hỏi, "Sao không thấy bánh Trung Thu vậy dì?"

Mỹ Lệ xen vào giải thích cho con nghe, "Đó là ý tưởng của dì Út con, muốn khuyến khích việc dùng cây nhà lá vườn." Loan tiếp lời Mỹ Lệ, "Dì Út con muốn làm cách mạng. Muốn Tết Trung Thu phải mang màu sắc quê hương hơn, vì vậy thay vì dùng bánh Trung Thu thì dì Út con thế bằng bánh in của dì Dung."

Dung tỏ vẻ trầm ngâm nói, "Tội nghiệp dì Út con, ban đầu muốn giúp đỡ cho dì có công ăn việc làm thôi. Chỗ dì Út con làm ăn lớn, nên mỗi năm vào mấy dịp lễ lạc đều mua quà cáp biếu cho mấy thân chủ và nhân công trong xưởng. Mấy năm sau này, tới mùa Trung Thu thay vì mua bánh Trung Thu, thì dì Út con tới đặt dì làm bánh in để biếu khách. Nhờ vậy mà dì mới có được đồng vô đồng ra với người ta."

Dung nhìn ra xa, im lặng, như ngầm nói lời cám ơn đối với Thanh. Từ ngày mẹ chồng nàng lâm bịnh nặng, tiền thuốc thang ngày một chồng chất, Dung phải làm bánh làm mứt để bán kiếm thêm thu nhập cho gia đình. Suốt thời gian Án đi lính không có nhà, Thanh từng ra tay tận tình giúp đỡ gia đình Dung. Mấy lần đưa mẹ chồng Dung vào nhà thương Grall nổi tiếng của Pháp ngày trước để khám bịnh, và luôn giúp đỡ thuốc thang những khi cần.

Bởi vậy khi thiếu úy Án chồng Dung được gởi qua Mã Lai học lớp chống du kích với quân đội Ăng-lê, đã ghé qua Tân-Gia-Ba mua một cái '*magnétophone*' (máy ghi âm trên băng từ) hiệu Philips đời mới tặng Thanh, để nói lên tấm lòng biết ơn của gia đình anh.

Mỹ Lệ ngồi nhìn '*mấy đứa bạn*' lăng xăng tiếp đãi mình mà lòng không khỏi lâng lâng một niềm vui thuở tóc kẹp đuôi gà, nàng chợt buông lời trách cứ trời già:

"Ăn Trung Thu mà thiếu trăng hồng thơ mộng chút nào."

Loan nhếch môi chế giễu:

"Thằng Sáng gần có vợ được rồi kìa bà ơi. Ở đó mà mơ mộng."

Dung lớn tiếng trách Mỹ Lệ:

"Tại bà chứ ai nữa. Bà mà ở lại được vài ngày coi. Mình chờ tối chút nữa ăn Trung Thu cho đúng điệu."

Loan cười khẩy chê Dung:

"Bà sao. Bà tưởng người ta nhớ anh Cuội trên mặt trăng thiệt hả. Hổng phải anh Sứ của người ta sao?"

Thanh lườm Loan trách cứ, đã vô tình nhắc lại vết thương lòng của Mỹ Lệ. Mỹ Lệ chống chế:

"Hổng sao. Chuyện qua lâu rồi. À, mà ... lúc này ảnh ra sao?"

Loan lại trêu bạn, '*Hổng sao mà hỏi tới hè.*'

Từ sau chuyến giẫy mả định mệnh bị Paul cưỡng hiếp, Mỹ Lệ tự xa lánh Sứ, người yêu đầu đời và sâu thẳm Mỹ Lệ thường nghĩ có lẽ là người yêu duy nhứt trong đời nàng. Nhưng nếu đối với đàn ông mối tình đầu dang dở là một kỷ niệm để nhớ, thì đối với đàn bà là một nỗi buồn cố quên. Phải quên đi để trọn đạo vợ chồng, để tròn chức trách với các con.

"Nghe nói ảnh theo Hiến Binh," Thanh trả lời. Dung cố ý thêm vào, "Và vẫn còn ở vậy, nếu mầy muốn biết." Bao nhiêu cặp mắt tò mò hướng về Mỹ Lệ.

"Thôi cho tao xin đi," Mỹ Lệ với giọng gạt ngang cố hữu, "Bộ tụi bây tưởng tao khổ chưa đủ hả."

Để cứu bồ Mỹ Lệ, Loan chợt lên tiếng lái câu chuyện qua Thanh, "Nói tới dì Út nó nãy giờ mà quên hỏi thăm coi chuyện anh kỹ sư của người ta tới đâu rồi."

Dung, liếc nhìn Thanh, xen vào ăn có, "Người sao mà có phước quá. Gặp toàn '*kỹ xư*' với '*bác xĩ*' theo không hà."

Ngoài kỹ sư Trương ra, ý Dung muốn nhắc tới bác sĩ Phúc, thuộc ban giảng huấn chương trình đào tạo nữ điều dưỡng, người từng trồng cây si cô học trò Thanh hơn cả năm trời.

Lâu lắm rồi Thanh mới nghe nhắc tới bác sĩ Phúc. Hình ảnh đầu tiên ùa về trong trí Thanh vẫn là buổi trưa trời mưa tầm tã bên ngoài, nàng đạp xe đến trường trễ, vừa bước vào lớp, đầu tóc mặt mũi còn ướt đẫm nước mưa, đã bị gọi lên trả bài. Vừa bước lên bục giảng, Thanh bị trượt chân ngã vào vòng tay của thầy Phúc, mới tốt nghiệp ở Pháp về, và đáng chú ý hơn đối với mấy cô nữ sinh là thầy vẫn còn độc thân, đúng tuýp người lý tưởng, '*đẹp trai, học giỏi, con nhà giàu.*' Những ngày tiếp theo đầy tiếng xì xầm, những lời bàn ra tán vào của mấy cô bạn học. Đứa trêu Thanh cố ý, đứa ganh tị cho là thầy đã dàn dựng lên một kịch bản vì phải lòng Thanh.

Loan như chợt nhớ ra điều gì, nhìn chằm chặp vào Thanh với ánh mắt tinh nghịch hỏi, "Tụi bây nhắc tao mới nhớ, bác sĩ Phúc lúc này ra sao?"

Mỹ Lệ nhún vai nói, '*Bị bà già lủy hối quá, lủy lập gia đình rồi.*' Loan gỡ bọc giấy kiếng, cho miếng mứt mãng cầu vào miệng, nhai ngồm ngoàm tự nhiên như thuở nào. Vị chua chua, ngọt ngọt quen thuộc của tuổi thơ kéo theo cả bầu trời kỷ niệm về với Loan. Nàng dõng dạc tuyên bố:

"Tụi bây nhắc tới bác sĩ Phúc, bữa nay vui miệng, để tao kể tụi bây nghe chuyện này..."

Thanh ngắt lời, "Bà này muốn kiếm chuyện gì nữa đây."

"Ê, moi không nói thêm à nha. Tánh moi có sao nói vậy."

Mỹ Lệ giục, "Có gì bật mí cho tụi tao nghe. Ở đó úp úp mở mở hoài."

Loan nhấp thêm miếng trà câu giờ trước khi chậm rãi nói, "Tao kể tụi bây nghe chuyện này nha, bí mật đó."

Thanh gằn giọng hăm he Loan, "Bà liệu đó. Coi đứa nào có nhiều bí mật hơn."

Loan thản nhiên đáp, "Tao còn gì nữa mà sợ." Lời nói nửa đùa nửa thật với giọng đầy mai mỉa của một người vợ đã xa cách chồng từ mấy năm nay. Loan nheo mắt tinh nghịch nhìn về hướng Mỹ Lệ và Dung xuống giọng nói, "Hai ông bà từng ra Long Hải tắm biển, tụi bây biết hôn?"

"Cái gì, sao tao hổng biết?" Mỹ Lệ nhìn Thanh với ánh mắt đầy trách móc. "Tưởng trong bốn đứa tao với mầy thân nhau nhứt."

Dung lúc nào cũng trầm tĩnh, an ủi Mỹ Lệ, "Bà có biết lúc đó bà đang ở đâu không? Rồi sau đó dồn dập đủ thứ chuyện, dù có nói chưa chắc bà có tâm trạng để nghe." Mỹ Lệ chợt nhớ ra khoảng thời gian đó mình đang ở B'lao mới bắt đầu gầy dựng sự nghiệp, trong lúc Paul đi về giờ giấc thất thường. Được vài năm Paul qua đời nàng phải gánh vác mọi việc trong ngoài. Hiểu ý Dung, nhưng Mỹ Lệ vẫn xoay qua chất vấn Loan, "Mầy cũng giữ bí mật hay giữ há."

Loan chống đỡ, "Chọc tụi bây một chút chơi vậy chứ có bí mật gì đâu." Loan nếm thêm một miếng mứt mãng cầu mà lúc làm Dung cố ý giữ cho chua, vì biết bạn mình thích như vậy. Loan ngước mặt lên trời tận hưởng vị chua chua ngọt ngọt, không chỉ toát ra từ miếng mãng cầu đang ngâm trong miệng, mà còn từ miếng me dốt ở đầu hẻm, miếng ổi ở sân nhà, miếng mận ở ngã ba Trung Lương, miếng bưởi ở Biên Hòa, miếng măng cụt ở Lái Thiêu, và ở cả những vườn cây ăn trái từ quê ngoại đứa này đến quê nội đứa kia mà cả đám từng có dịp phá phách, chụp hình. Loan chìm đắm trong khung trời kỷ niệm, ngọt lịm thâm tình chị em. Hình ảnh hôm đó hai đứa chọn áo tắm tại nhà Loan kéo về nhảy múa trước mắt. Loan kể:

"Lần đó bác sĩ Phúc tổ chức dẫn cả lớp đi Long Hải tắm biển. Cô nường nhà ta đâu có áo tắm nên từ chối, mượn cớ bác Tư không cho phép. Thì cũng đúng, tụi bây biết mà, bác Tư trai khó cỡ nào, đâu bao giờ cho con cái mặc ba thứ '*hở hang*' đó."

Loan chậm rãi nhắp miếng nước trà trước khi nói tiếp, "Vấn đề tao muốn nói là, tại sao thiếu có một cô học trò Thanh trong lớp mà chính thầy Phước phải lái xe vô tận nhà để gặp bác Tư, xin phép cho cô nường cho bằng được. Sừ lủy còn hứa sẽ đích thân đưa rước ển đi về, và sẽ đi chung với cả lớp, để bác Tư yên tâm."

Mỹ Lệ ngắt lời, "Cha, coi bộ hấp dẫn à nha."

Loan nạt, "Nghe nè. Ển phải lén bác Tư chạy ra nhà tao thử *maillot* của tao. Mà tụi bây biết ển lúc đó như con còng gió, còn tao thì ... hổng được thon thả lắm ..."

Mỹ Lệ gắt lên, "Thôi đi bà ơi, tội tụi tui quá, ai nói bà mập hồi nào đâu mà bà rào trước đón sau."

"Ê, người ta cũng có 'co' lắm nha."

"Biết rồi, eo bà như eo ếch luôn đó. Được chưa. Bây giờ nói nghe coi hai ông bà đó làm gì ngoài Long Hải."

"Bà nghĩ coi, *réglé* (nề nếp) như em Thanh thì có thể làm gì chứ? Tui chỉ nhớ lại lúc hai đứa chọn áo tắm ở nhà tui thôi. Chọn màu, chọn kiểu. Ngồi coi nó thử lên, thử xuống. Rồi phụ nó nhấn ben bên nây, ben bên kia, cho đồng đều. Thấy nó lần đầu thử maillot lúng ta lúng túng, nói thiệt tao có cảm tưởng như một bà mẹ đang chọn áo cưới cho con vậy."

Dung xen vào, "Vừa phải thôi, con gái lớn của bà lúc đó 8 tuổi là cùng."

"Tụi bây biết ý tao mà, lúc đó tụi mình đã lập gia đình hết, con cái cũng đã một hai đứa, còn cô nường của mình ... người ta là gái còn son mà."

Chợt nhớ ra điều gì Loan hỏi, "Đứa nào muốn coi hình ển mặc *maillot*. Ển bắt tao cất mấy tấm hình đó bên nhà tao từ đó tới nay."

"Tui cấm bà đó nha," Thanh ra lệnh mà giọng như năn nỉ. Mỹ Lệ chìu bạn, "Nó không muốn mình coi hình thì thôi. Còn sừ lủy ra sao?"

Loan nhấp miếng trà, tâm sự với giọng tiếc nuối, "Lủy đeo đuổi quá mà ển cứ từ chối. Sau cả năm trời lủy phải nghe lời *măn* của lủy đi lấy vợ. Tao thấy tiếc cho con Thanh, cứ viện cớ phải lo cho gia đình mà từ chối người ta. Lủy là con nhà giàu, lại làm bác sĩ, dù nó có mười gia đình lủy cũng lo nổi. Vậy mà ển cứ một mực thoái thác với người ta. Tao đốc hoài cũng hổng nghe."

Thanh đảo mắt ra vườn, chợt thấy bé Thảo đứng ngước mặt đếm mấy trái mận trên cây, ngắm vẻ đoan trang của Thảo trong chiếc áo dài trắng nữ sinh, Thanh không khỏi cảm thấy ấm lòng, và tự tin hơn về quyết định gác lại chuyện hôn nhân của mình. Nàng tự an ủi trong ý nghĩ thế hệ của nàng và các bạn bè không ai học hết trung học nhưng giờ đây Thảo đã là một sinh viên y khoa, với giấc mơ bác sĩ nằm trong tầm tay.

Thanh thoáng nhoẻn miệng, cố che giấu nụ cười khiêm tốn chất chứa ít nhiều mãn nguyện, trong ý nghĩ, tuy việc thành tài ra sao của Thảo chỉ biết dựa vào nỗ lực và trí tuệ của con, nhưng việc nên người thế nào thì người mẹ này đã làm hết khả năng của mình. Thanh cảm thấy mát lòng mỗi khi nghe bạn bè hay người trong xóm Cây Lý khen cháu Thảo. Họ khen 'con' bằng cách nhắc tới công ơn dưỡng dục của người dì, qua các câu nói như, "Bé Thảo xuất thân từ lò huấn luyện của cô Út mà," để nói lên nết na của cháu không chỉ trong lời ăn tiếng nói mà còn qua cách ứng xử với mọi người.

Ngay cả vào các ngày giỗ lớn trong gia đình, bạn bè Thanh còn kháo nhau, "cũng là dịp để bả giảng moral nữa." Trong những dịp này, Thanh đều nhờ những người giúp việc trong nhà mang thức ăn đến biếu một số gia đình nghèo trong vùng, và nàng thường nhắc lại một bài học cho Thảo nghe, "Con coi đó, mình sớt mấy phần ăn cho người ta còn trước khi đãi khách ở nhà; chứ không phải vì người ta nghèo mà cho ăn cơm thừa canh cặn."

Bởi vậy tới lớn Thảo vẫn còn nhớ các lời Thanh dạy, là ngay cả đến cái thố, cái tô hay chén dĩa đựng thức ăn cũng phải là chén kiểu, dĩa kiểu, chứ không phải, "Ở nhà mình ăn uống thì dùng đồ sứ, còn cho người ta thì đựng trong đồ sành."

Nỗi lo lắng dường như thái quá của Thanh về việc trau dồi đạo đức cho Thảo không biết xuất phát từ động cơ nào. Lý do vì ảnh hưởng gia đình, đặc biệt là từ ông quản Tư có lẽ cũng giải thích được phần nào. Mặc dù ông là một cảnh sát làm việc cho Pháp, mang tiếng là tiếp tay cho chế độ thuộc địa áp đặt ách thống trị tàn bạo lên xứ sở, nhưng ông có lẽ là một trong số ngoại lệ còn giữ được ít nhiều lương tri để hướng dẫn hành động hàng ngày cho bản thân mình. Mỗi lần gặp việc bất bình ngoài đời, sau khi về nhà, trong những bữa cơm gia đình ông thường kể lại cho vợ con nghe, và thường không quên nhắc nhở các con những bài học có thể rút tỉa được về cách '*đối nhân xử thế*'.

Ngoài việc chịu ảnh hưởng bởi sự giáo dục gia đình với các bài học đạo đức được ông quản Tư thường xuyên nhắc nhở bên mâm cơm, phải chăng còn một yếu tố xã hội quan trọng hơn tác động sâu xa trong tiềm thức Thanh, khiến cô dường như bị ám ảnh bởi trách nhiệm trau dồi đạo đức cho con. Thanh lớn lên qua một giai đoạn lịch sử nhiễu nhương kéo dài tưởng chừng vô tận, nhìn đâu cô bé Thanh cũng thấy chết chóc lầm than, ác quỷ lộng hành, tội ác lên ngôi. Phải chăng tấm lòng nêu cao vương đạo còn xuất phát từ bản năng duy trì dòng giống, vì một dân tộc không thể sống còn khi mất hết phương hướng đạo đức.

Nãy giờ mê ăn bánh ăn kẹo của dì Dung làm, Philippe không có thì giờ để thắc mắc với mấy dì. Ăn xong thêm hai viên kẹo mãng cầu, Philippe mới bắt đầu chất vấn ý tưởng cách mạng của dì Út muốn đãi tiệc Trung Thu bằng bánh mứt quê nhà.

Nó nói, "Mấy dì ơi, bánh *Choux* đâu phải bánh Việt Nam đâu."

Câu hỏi đặt vấn đề bất ngờ của Philippe làm '*mấy dì*' lúng túng, nhưng Loan ráng chống chế:

- Thì bánh do dì Dung làm là bánh Việt Nam chứ còn gì nữa.

Cô giáo Dung mỉm cười, cố giải thích sợ Philippe hiểu lầm, "Con nói đúng rồi, nhưng nguyên liệu nấu ăn với cách pha chế do dì làm chắc không ít thì nhiều cũng có phần khác hơn cách làm của người ta bên Tây hay bất cứ nơi nào khác."

Loan lại đùa, "Con biết không, ngay cả tên bánh cũng được Việt hóa từ lâu rồi. Hổng tin, con về hỏi bà ngoại con coi. Bà Ngoại con kêu là '*bánh núm vú*' đó..."

Ánh mắt Loan chợt toát lên nét tinh nghịch thuở nào, cô nàng bí ẩn mím môi che giấu một nụ cười bâng quơ nói, "Mà ai cũng công nhận bánh núm vú Việt Nam mình ngon hơn núm vú Tây nhiều!"

Thanh giựt mạnh vạt áo Loan, quăng về hướng nàng ánh mắt trách móc, sao nói chuyện với con nhỏ mà không biết giữ ý giữ tứ. Dung biết Thanh rất nghiêm túc trong việc dạy dỗ con cái, giả lả xen vào:

"Bà này sắp làm bà nội bà ngoại rồi mà còn ăn nói bạt mạng quá."

Loan chống chế, "Tụi bây thiệt hổng biết tự hào dân tộc gì hết."

Mỹ Lệ vỗ tay cười ha hả, trước khi nhảy vào cứu bồ, nhắc lại chuyện xưa để giải vây cho Loan, "Tánh bả mà tui bây lạ gì. Nhớ hồi năm cuối *Cours Moyen* (lớp nhì), tụi mình cũng lớn hết rồi chứ bộ, vậy mà lần đó sau giờ thể dục, khi trở vào lớp thay quần áo, bả đứng lên bàn la làng, '*Tụi bây tránh xa ra nha, đứa nào đứng gần ngu ráng chịu, tao giũ quần dơ nè.*'"

Bốn chị em xúm nhau cười chảy nước mắt. Những giọt nước mắt chan chứa tình thâm, lung linh những khoảnh khắc chia sẻ ngọt bùi sống mãi trong lòng họ.

Câu chuyện Mỹ Lệ vừa nhắc lại vô tình đưa Loan về với chuỗi ngày vô tư của một cô gái lớn lên trong nhung lụa, như một đóa hoa quý hiếm quen đón nhận những ánh mắt chiêm ngưỡng của bạn bè và người thân. Nào ai ngờ cánh hoa kia cũng không thoát khỏi số kiếp đàn bà Việt Nam, nổi trôi theo vận nước qua những chuỗi ngày yên bình sóng êm gió lặng thì ít, mà những lúc phải đương đầu với sóng to gió lớn thì nhiều. Nụ cười tuy luôn nở trên môi, vẻ kiêu sa luôn tỏa ra bên ngoài, nhưng chỉ là cái khiên phản xạ phát xuất từ một nghị lực vô bờ tiềm ẩn bên trong để chế ngự những nỗi đau trong lòng, hơn là những cử chỉ bẩm sinh phù phiếm để thu hút sự tán dương của đời.

Đó là tâm trạng của Loan, dù trên danh nghĩa vẫn còn là vợ Nhân, nhưng phải sống cảnh phòng không chiếc bóng bốn năm nay. Sáng chiều phụng dưỡng mẹ chồng, chăm sóc đàn con.

Nhân, chồng Loan, sau khi tốt nghiệp ở Pháp về cảm thấy thất vọng vì lý tưởng phục vụ quê hương không xảy ra như mong muốn. Theo lời cha anh thì anh là kẻ sanh bất phùng thời. Du học ở Pháp trở về xứ vào một thời điểm mà ảnh hưởng của Mỹ đang chiếm ưu thế. Anh phục vụ trong ngành giáo dục, trước đây có chiều hướng thiên về đào tạo từng lớp trí thức ưu tú nặng phần lý thuyết với các triết lý xa vời, khác với khuynh hướng đào tạo nguồn nhân lực thực dụng của người Mỹ nhằm đáp ứng nhu cầu phát triển kinh tế và xã hội. Ngoài ra còn có nạn bè phái và những tranh chấp, đấu đá, nội bộ mà anh là người ngoại cuộc cảm thấy rất khó thích ứng.

Nhân mang cảm giác lạc lõng trên chính quê hương mình, và đã quyết định trở lại Pháp. Kế hoạch của Nhân là sau khi ổn định đời sống nơi xứ người anh sẽ tìm cách rước gia đình qua. Tuy nhiên sau hai năm anh có công ăn việc làm và sống chung với một cô đầm, thì mọi dự định đã đổi khác. Loan và mẹ Nhân thất vọng, không còn mơ ước ngày gia đình đoàn tụ nữa. Thư anh gởi về ngày càng thưa thớt, ngoại trừ năm thì mười họa gia đình nhận được vài gói quà nho nhỏ anh gởi cho các con.

Thời gian trôi qua, không có mợ thì chợ cũng đông, nàng dâu tìm quên lãng trong công việc hằng ngày, lo chăm sóc, dạy dỗ con cái, và hầu hạ mẹ chồng. May mà cô dâu trong trường hợp này không phải vất vả kiếm cái ăn cái mặc như nhiều phụ nữ khác, vì gia đình nhà chồng khá giả từ mấy đời, trong nhà không thiếu kẻ hầu người hạ. Bổn phận Loan đối với mẹ chồng chỉ có mỗi việc chăm lo cho ô trầu của bà lúc nào cũng đầy đủ trầu cau, và phải là trầu Bà Điểm với cau Hóc Môn, không quá non mà cũng không quá già, theo đúng ý bà. Ngoài ra thỉnh thoảng thiếu tay đậu chếnh, thì bà cũng trông cậy vào cô dâu Loan có thể thế tay, kéo vài chếnh. Cứ vậy mà con thuyền trôi, ngày qua tháng lại, mẹ chồng nàng dâu hủ hỉ có nhau.

Thình lình, có ba người đàn ông ở trần trùn trục xuất hiện bên giếng nước phía sau nhà, làm mọi người chưng hửng, ngoại trừ Loan. Cô biết họ là ba kỹ sư Nhựt đến Việt Nam giám sát công trình trùng tu cầu đường trên xa lộ Biên Hòa sau mấy năm đưa vào sử dụng. Họ mướn mấy căn phòng từng trệt ở nhà nghỉ mát của mẹ chồng Loan để ở tạm trong thời gian công tác tại đây. Mỗi chiều về đến nhà, chuyện đầu tiên họ làm là ra vườn kéo nước giếng lên tắm.

Sự hiện diện của họ nhắc Loan đã tới lúc phải trở về Sài Gòn trước khi trời tối. Loan hối mấy bạn lo thu dọn bàn ăn.

Có tin đồn người Mỹ xây xa lộ Biên Hòa cho máy bay quân sự của họ có chỗ đáp khẩn cấp, phòng khi phi trường Tân Sơn Nhất bị pháo kích, nhưng người hiểu chuyện cho rằng nó nằm trong kế hoạch phát triển hạ tầng cơ sở về lâu về dài. Tuy nhiên một phần công trình này được giao cho chánh phủ Nhựt hoàn tất trong khuôn khổ của chương trình bồi thường chiến tranh của Nhựt.

Trên đường về, khi xe bắt đầu rẽ trái vào đoạn xa lộ đã sửa xong, Dung ngoảnh mặt ra sau, dõi mắt về hướng Long Thành, bùi ngùi nhớ tới chồng. Mới đó mà hơn hai năm. Sau khi giải ngũ, Án xin vào làm huấn luyện viên tại Trung Tâm Huấn Luyện Cán bộ Xây Dựng Nông Thôn ở Vũng Tàu. Không được bao lâu, một ngày trên đường về thăm nhà, xe đò anh đi bị trúng mìn nổ tung.

Dung đích thân ra tận ngã ba Long Thành nhận xác chồng. Nàng thương nhớ người chồng hiền lành mẫu mực, yêu vợ thương con, hiếu đễ với mẹ cha. Nàng tâm nguyện trọn đời chăm sóc mẹ chồng thay Án.

Mấy năm trước, Án mượn lại máy thâu băng đã biếu Thanh, nhưng không để thu mấy bài nhạc Việt, nhạc Pháp theo thói thời thượng để mở 'bum' chui, hay các buổi nhảy đầm lén. Từ ngày chánh phủ ban hành Luật Bảo vệ Luân lý ngăn cấm cờ bạc, mại dâm, và các tệ nạn xã hội khác, trong đó có cả luật cấm khiêu vũ, nhiều cô cậu vẫn lén lút tổ chức các buổi nhảy đầm tại tư gia. Trong hoàn cảnh đó họ buộc phải thay thế các ban nhạc sống mà họ ưa chuộng hơn bằng những chiếc máy thâu băng.

Trong khi Án lại dùng máy thu âm để ghi lại giọng nói và những lời nhắn nhủ của cha mẹ trong lúc sanh thời. Anh còn mang về quê Rạch Kiến tìm đến từng nhà, để thu lại từng lời nói của ông bà nội ngoại, của bà cô, ông bác, ông chú. Anh muốn giữ đời các giọng nói thân thương tạo nên con người anh. Nhưng bản thân anh lại ra đi đột ngột chưa kịp để lại một lời nào trên cõi đời này cho vợ con. Chiến tranh có thể biến một tâm hồn thanh khiết thành một kẻ sát nhân, hay xóa sạch vết tích của nó trong chớp mắt.

Xe đưa Thanh về gần tới nhà, chỉ còn cách non hai cây số, thì đường bị nghẹt cứng. Xe cộ phải xếp hàng dọc theo kinh An Thông Hạ chờ qua cầu chữ U. Từ xa nhìn tới, hai chiếc xe ủi đất của quân đội Mỹ như đang quần thảo bên kia bờ sông - Chiếc chạy tới, chiếc chạy lui, giương bửng chứa đất khổng lồ trước xe lên, rồi hạ bửng xuống, khuấy động một khoảnh trời làm bụi đất tung bay mịt mùng. Quang cảnh đập phá thành vách hai kho lúa gạo bỏ hoang mấy năm nay bên bờ kinh diễn ra suốt ngày.

Thay vào nơi đó nghe nói lính Mỹ sẽ cất một kho quân nhu và một kho quân cụ. Mỗi chiều sau một ngày dài làm việc tưởng chừng dời non lấp bể, rểu rểu ngoài đường đầy mấy anh lính Mỹ trẻ tuổi, tươm tất trong những bộ quần áo dân sự - Quần Jean, áo ngắn tay, đủ màu đủ kiểu, lạ mắt đối với người dân bản xứ, quen thuộc với hai màu đơn thuần của quần đen áo trắng hơn. Vài anh lính trẻ thong dong đi lại khắp xóm tỏ vẻ sảng khoái yêu đời, tìm đến gợi chuyện với những gia đình hiếu khách có con em biết chút đỉnh tiếng Anh để học hỏi thêm về văn hóa Việt.

Đa phần những anh lính khác lần theo tiếng nhạc kích động tìm đến các quán nhậu hay vũ trường gần xa, quanh vùng.

Trong lúc chiến trường sôi sục nơi nơi, hậu phương Sài Gòn đêm ngày bồng bềnh theo tiếng nhạc, át tiếng đạn bom. Ban đêm tiếng mõ giục hồn về tiên cảnh, ban ngày tiếng nhạc xua người vào canh bạc thế gian, với cái giá phải trả là thân phận một kiếp người hay cả mạng sống một đời. Dòng nhạc lãng mạn du nhập từ miền Bắc theo làn sóng di cư 1954 nhìn chiến tranh qua lăng kính màu hồng, nhẹ nhàng, phiêu bồng như những bước đi trên mây không còn thích hợp nữa. Từ đó dòng nhạc trở nên bụi đời hơn, trần tục hơn, với những '*Người chết hai lần thịt da nát tan.*'[2] hay '*Anh trở về, có khi là hòm gỗ cài hoa, Anh trở về trên chiếc băng ca.... Anh trở về, anh trở về bại tướng cụt chân.*'[3] Trong các xóm nghèo, những con người lam lũ mua vui trong quên lãng qua điệu vọng cổ buồn.

'*Ngày mai đám cưới người ta,*
Cớ sao sơn nữ Phà Ca lại buồn.'[4]

Hết tâm tình của cô sơn nữ lại đến nỗi lòng anh bán chiếu:

'*Chiếu này tôi chẳng bán đâu, tìm em không gặp...*
Hò ơi... tìm em không gặp tôi gối đầu mỗi đêm.

...Ghe chiếu Cà Mau đã cắm sào trên bờ kinh Ngã Bảy,
sao cô gái năm xưa chẳng thấy ra chào'[5]

Giọng hát Thanh Nga, Út Bạch Lan, Út Trà Ôn khi thì cất vút lên cho thấu lòng trời cao, lúc lại xuống thấp đến nảo nuột đất dày.

Ngoài kia trên đường phố, chan hòa trong những ánh đèn màu lung linh thắp sáng vũ trụ, vang vang tiếng hát Thái Thanh, lâng lâng hồn sông núi, ngân ngân khúc hoan ca theo từng bước chân đoàn lữ hành trên con đường Cái Quan[6]. Tiếng hát làm sống dậy những bước khai phá giang san, mở mang bờ cõi, khơi dậy niềm tin qua hào quang của dĩ vãng vang bóng một thời.

Nếu đó là tiếng gọi nắng của loài hoa Hướng Dương thầm trách đêm dài vô tận, thì thổn thức trong góc vũ trường là tiếng lòng của một đóa hồng lãng đãng trong sương, ôm ấp mộng bình minh chỉ tồn tại trong niềm hoài niệm. Giọng hát huyền hoặc của Thanh Thúy rót đầy bao ly rượu lưng, chuốc cạn bao ly rượu đầy, bên anh phi công sau chuyến bay đêm[7], bên chàng lính trận vừa giã từ đồng đội gục ngã trên chiến trường, hoặc bên gã lãng tử cố tìm quên lãng trong hơi men, khói thuốc. Đó là giọng tỉ tê gói ghém trọn vẹn thân phận đàn bà Việt Nam, man mác nỗi buồn ẩn ức, nhưng đời đời không than văn trách cứ.

Chú thích

1. 'Đoạn Trường Tân Thanh' (Truyên Kiều); Nguyễn Du.
2. 'Ngụ Ngôn Mùa Đông'; Nhạc sĩ Trịnh Công Sơn.
3. 'Kỷ Vật Cho Em'; Nhạc sĩ Phạm Duy.
4. 'Người Vợ Không Bao Giờ Cưới'; Soạn giả Kiên Giang.
5. 'Tình Anh Bán Chiếu'; Soạn giả Viễn Châu.
6. 'Trường Ca Con Đường Cái Quan'; Nhạc sĩ Phạm Duy.
7. 'Một Chuyến Bay Đêm'; Nhạc sĩ Song Ngọc & Hoài Linh.

Tác giả

Tăng Quyền Vinh
Ottawa, Canada.

Sách xuất bản:

1. Bên Kia Bến Đỗ, 2021.
   Tứ Quý: Truyện trích từ Bên Kia Bến Đỗ, 2024.
2. Đứa Con An Giang, 2022.
3. Lu nước ngọt, 2023.
4. Nails Tình Thương, 2023.
5. The Boy From An Giang, A Journey Through AI-Assisted Translation, 2023 (Under revision).
6. The Precious Quartet (Selected Tales from Bên Kia Bến Đỗ), 2024.

ISBN 978-1-7381921-0-6